"9Marks, as a m n stry, has taken bas c b b ca teach ng about the church and put t nto the hands of pastors. Bobby, by way of these study gu des, has taken th s teach ng and de vered t to the person n the pew. I am unaware of any other too that so thorough y and pract ca y he ps Chr st ans understand God's p an for the oca church. I can't wa t to use these stud es n my own congregat on."

Jeramie Rinne, Sen or Pastor, South Shore Bapt st Church, H ngham, Massachusetts

"Bobby Jam eson has done oca church pastors an ncred b e serv ce by wr t ng these study gu des. C ear, b b ca , and pract ca , they ntroduce the b b ca bas s for a hea thy church. But more mportant y, they cha enge and equ p church members to be part of the process of mprov ng the r own church's hea th. The stud es work for nd v dua , sma group, and arger group sett ngs. I have used them for the ast year at my own church and apprec ate how easy they are to adapt to my own sett ng. I don't know of anyth ng e se ke them. H gh y recommended!"

Michael Lawrence, Sen or Pastor, H nson Bapt st Church, *Biblical Theology in the Life of the Church*

"Th s s a B b e study that s actua y rooted n the B b e and nvo ves actua study. In the 9Marks Hea thy Church Study Gu des ser es a new standard has been set for persona theo og ca d scovery and correspond ng persona app cat on. R ch expos t on, compe ng quest ons, and c ear syntheses comb ne to g ve a gu ded tour of ecc es o ogy the theo ogy of the church. I know of no better curr cu um for generat ng understand ng of and nvo vement n the church than th s. It w be a we come resource n our church for years to come."

Rick Holland, Sen or Pastor, M ss on Road B b e Church, Pra r e V age, Kansas

"In Amer ca today we have the argest churches n the h story of our nat on, but the east amount of mpact for Chr st's k ngdom. S ck market ng and fine y po shed v s on statements are a foundat on of sand. The 9Marks Hea thy Church Study Gu des ser es s a refresh ng departure from church growth mater a s, towards an n depth study of God's Word that w equ p God's peop e w th h s v s on for h s Church. These study gu des w   ead oca congreg at ons to abandon secu ar methodo og es for church growth and nstead re y on Chr st's pr nc p es for deve op ng hea thy, God honor ng assemb es."

Carl J. Broggi, Sen or Pastor, Commun ty B b e Church, Beaufort, South Caro na; Pres dent, Search the Scr ptures Rad o M n stry

"Anyone who oves Jesus w   ove what Jesus oves. The B b e c ear y teaches that Jesus oves the church. He knows about and cares for nd v dua churches and wants them to be sp r tua y hea thy and v brant. Not on y has Jesus a d down h s fe for the church but he has a so g ven many nstruct ons n h s Word regard ng how churches are to ve and funct on n the wor d. Th s ser es of B b e stud es by 9Marks shows how Scr pture teaches these th ngs. Any Chr st an who works through th s curr cu um, preferab y w th other be evers, w   be he ped to see n fresh ways the w sdom, ove, and power of God n estab sh ng the church on earth. These stud es are b b ca , pract ca , and access b e. I h gh y recommend th s curr cu um as a usefu too that w   he p any church embrace ts ca ng to d sp ay the g ory of God to a watch ng wor d."

Thomas Ascol, Sen or Pastor, Grace Bapt st Church of Cape Cora , F or da; Execut ve D rector, Founders M n str es

TULUNG-TULONG SA PAGLAGO: PAGDIDISCIPLE SA LOCAL CHURCH

Bobby Jamieson
Mark Dever, General Editor
Jonathan Leeman, Managing Editor

HEALTHY CHURCH STUDY GUIDES

TREASURING CHRIST PH

BULACAN, PHILIPPINES

Translation: Jodi Parfan
Typesetting: Karlo Matt Rian Ong
9Marks ISBN: 978-1-958168-64-6

Published (2022) in the Philippines by
Treasuring Christ PH
A ministry of Baliwag Bible Christian Church
116 Vergel de Dios St., Concepcion, Baliuag, Bulacan 3006 Philippines
tcphbooks@gmail.com

CONTENTS

INTRODUCTION

Ano ang kahalagahan ng local church para sa iyo?

Siguro ay mahal mo ang inyong church. Mahal mo ang mga kasama mo doon. Gusto mo ang preaching, ang pag-aawitan. Kinasasabikan mo ang sumamba sa araw ng Linggo, at pinahahalagahan mo ang fellowship kasama ang ibang church members.

Siguro ang church ay isang lugar lang na pinupuntahan mo dalawang beses sa isang buwan. Late ka kung dumating, at maaga ka pang umaalis.

Kami sa 9Marks ay naniniwala na ang local church ay ang plano ng Diyos para ipakita ang kanyang kaluwalhatian sa mga bansa. At gusto naming tulungan kang makita at maipamuhay ang vision na iyon, kasama ang inyong buong church.

Ang *9Marks Healthy Church Study Guides* ay serye ng anim o pitong-linggong pag-aaral sa bawat isa sa "siyam na tanda ng isang *healthy church*" at isang panimulang pag-aaral. Ang siyam na tandang ito ay ang pinakamahalagang pinaniniwalaan ng aming ministry. Para magbigay ng maikling introduction sa mga ito, isinama namin sa bawat pag-aaral ang isang kabanata mula sa libro ni Mark Dever na pinamagatang *What is a Healthy Church?* Hindi namin sinasabing ang siyam na tandang ito ang pinakamahalaga o ang tanging mahalaga tungkol sa church. Pero naniniwala kami na ang mga ito ay biblikal kaya makakatulong sa mga churches.

Sa mga pag-aaral na ito, aalamin natin ang mga *biblical foundations* at practical applications ng bawat isa. Ang sampung pag-aaral na ito ay:

- *Built upon the Rock: The Church (the introductory study)*
- *Hearing God's Word: Expositional Preaching*
- *The Whole Truth about God: Biblical Theology*
- *God's Good News: The Gospel*
- *Real Change: Conversion*
- *Reaching the Lost: Evangelism*
- *Committing to One Another: Church Membership*
- *Guarding One Another: Church Discipline*
- *Growing One Another: Discipleship in the Church*
- *Leading One Another: Church Leadership*

Ang bawat sesyon sa mga pag-aaral na ito ay nakatuon sa isa o higit pang talata sa Biblia at kung paano ito maipapamuhay ng buong iglesya. Kaya ang aming inaasahan sa mga pag-aaral na ito ay akma maging sa Sunday school, small groups, at iba pang pagtitipon ng dalawa hanggang dalawang daang katao para pag-aralan ang Salita ng Diyos.

Ang mga pag-aaral na ito ay base sa observation, interpretation, at *application questions*, kaya maging handa kang magsalita! Umaasa rin kami na ang mga pag-aaral na ito ay magbibigay ng pagkakataon sa mga tao para pag-isipan ang kanilang karanasan sa church, ano man ang mga karanasang iyon.

Nang tinawag ni Jesus sina Pedro at Andres para iwanan ang kanilang gamit sa pangingisda at sumunod sa kanya, tinawag niya sila sa isang bagong buhay. At kapag tinawag ni Jesus ang bawat isa sa atin para maging disciple, tinatawag rin niya tayo sa isang bagong buhay.

Ang pagsunod kay Jesus ay nangangahulugang siya ang papakinggan, titingnan at susundin natin. Kakamuhian ang kinakamuhian ni Jesus at iibigin ang iniibig ni Jesus.

Ito rin ay pagtulong sa iba na gawin din ang gayon. Pagkatapos ng kanyang resurrection, iniutos ni Jesus sa kanyang mga tagasunod na humayo at gawing tagasunod rin niya ang marami pang tao, turuan silang sumunod sa lahat ng kanyang iniuutos.

At makikita natin sa buong pag-aaral na ito ang disenyo ng Diyos na ang local church ang pangunahing konteksto ng disciple making. Itinatag ng Diyos ang church para sa pagpapatunay, pangangasiwa at pagpapalago ng marami pang mga tagasunod ni Jesus.

Ang lahat ng ito ay posible dahil sa ginawa na ni Jesus para sa atin. Binayaran na niya ang parusa para sa ating mga kasalanan. Ipinagkasundo niya tayo sa Diyos. May bagong buhay at bagong pagkatao na tayo dahil sa ating pakikipag-isa sa kanyang kamatayan at muling pagkabuhay. Dati tayong mga rebelde sa Diyos. Ngayon tayo ay malugod na nagpapasakop na sa Hari ng mga hari, at iniibig natin ang kanyang mga utos.

Sa pag-aaral na ito, pagtutuunan natin ang paglago kay Cristo at pagtulong sa iba na gawin din iyon – sa mga local churches. Pag-aaralan natin ang mga ito:

- The need for discipleship
- The definition of discipleship
- The motivations of discipleship
- The means of discipleship
- The enemy of discipleship
- The end of discipleship

Ikaw ba ay nagsusumikap na lumago kay Cristo at tulungan ang ibang gawin din iyon? Ang aming panalangin ay makatulong ang pag-aaral na ito na magawa mo iyon nang mas matapat.

AN IMPORTANT MARK
OF A HEALTHY CHURCH:
BIBLICAL DISCIPLESHIP
AND GROWTH

NI MARK DEVER

(*Orihinal na inilathala bilang kabanata 12 ng Ano ang Isang Healthy Church?*)

Ang isang mahalagang tanda ng isang healthy church ay ang laganap na pagmamalasakit sa paglago ng church ayon sa nakasulat sa Bibliya. Ibig sabihin nito ay lumalagong mga miyembro, hindi lang dumarami ang bilang.

May ibang nag-iisip na ang isang tao ay maaaring maging "baby Christian" buong buhay niya. Ang paglago ay itinuturing na optional o para lamang sa mga masigasig na tagasunod ni Jesus. Pero ang paglago ay tanda ng buhay. Kung ang isang puno ay buháy, ito ay lalago. Kung ang isang hayop ay buháy, ito ay lalaki. Ang pagiging buháy ay nangangahulugan ng paglago, at ang paglago ay nangangahulugan ng patuloy na paglago at pag-usad, hanggang matapos ito sa kamatayan.

Inaasahan ni Pablo na ang mga taga-Corinto ay lalago sa kanilang pananampalataya (2 Cor. 10:15), at ang mga taga-Efeso ay magiging "lubos na katulad ni Cristo, na siyang ulo nating lahat" (Efe. 4:25; cf. Col. 1:10; 2 Tes. 1:3). Sinabi ni Pedro sa kanyang mga sinulatan, "Gaya ng sanggol, kayo'y manabik sa dalisay na gatas na espirituwal upang lumago kayo tungo sa kaligtasan" (1 Ped. 2:2).

Nakakatukso sa mga pastor at maging sa ilang miyembro na sukatin ang paglago ng kanilang churches sa bilang ng mga dumadalo, nagpapabautismo, nagpapamiyembro, at pagkakaloob. Ang ganitong paglago kasi ay nakikita at nasusukat. Pero ang mga statistics na ito ay hindi sapat na basehan ng paglago na isinalarawan ng Bagong Tipan at siyang nais ng Diyos.

GROWTH IN HOLINESS

Paano natin malalaman kung ang mga Kristiyano ay lumalago sa kabanalan? Hindi natin ito masasabi base lang sa kanilang kasabikan sa mga gawain, sa paggamit ng mga salitang relihiyoso, o sa pagdami ng kanilang kaalaman sa Biblia. Hindi rin matibay na basehan ang ipinapakita nilang pagmamahal sa church o kumpiyansa sa kanilang sariling pananampalataya. Hindi rin natin masisiguradong lumalago ang mga Kristiyano dahil tila may ipinapakita silang debosyon sa Diyos. Ang lahat ng ito ay maaaring maging ebidensya ng tunay na paglagong Kristiyano. Pero kasabay nito, ang isa sa pinakamahalaga at karaniwang di napapansing tanda ng paglago ay ang paglago sa kabanalan na nakaugat sa self-denial o pagkakait sa sarili (San. 2:20-24; 2 Ped. 1:5-11). Ang church ay dapat kakitaan ng laganap na pagmamalasakit sa paglago sa kabanalan ng mga miyembro nito.

Ang pagbalewala sa kabanalan, katulad ng pagbalewala sa church discipline, ay nagbubunga ng mga disciples na mahirap akayin sa paglago.

Nagiging malabo sa mga tagasunod ni Jesus kung ano ang buhay na kalugodlugod kay Cristo sa mga churches na hindi sinasaway ang mga makasalanang gawain. Para itong hardin na hindi man lang tinanggalan ng mga masamang damo o hindi tinamnan ng magagandang mga halaman.

WHAT GROWTH DOES AND DOESN'T LOOK LIKE

Ang church ay may pananagutan sa Diyos sa paglago ng mga tao sa kabanalan. Ang pamayanang nakipagtipan sa Diyos na mamuhay sa kabanalan ay maaaring maging kasangkapan niya sa ikalalago ng kanyang mga anak. Habang ang mga anak ng Diyos ay sama-samang lumalago at napapatatag sa kabanalan at pag-ibig, dapat ding nagiging mas mahusay sa pagdidisiplina at paghihikayat sa discipleship.

Kung sisilipin mo ang buhay ng isang church, makikita mo ang paglago ng mga miyembro sa iba't ibang paraan. Ito ang ilan sa mga posibleng mangyari:

- Pagdami ng mga tinawag sa pagmimisyon—"Nasiyahan ako sa pagbabahagi ng gospel sa aking mga kapitbahay mula sa India. Tinatawag kayo ako ng Diyos na ... ?"
- Ang mga mas nakatatandang miyembro ay nagkakaroon ng panibagong pagkilala sa kanilang responsibilidad sa pagbabahagi ng ebanghelyo at pagdi-disciple sa mga nakababatang miyembro—"Halika't maghapunan ka sa amin."
- Ang mga mas batang miyembro ay dumadalo sa libing ng mga mas matatandang miyembro dahil sa kanilang pagmamahal sa kanila — "Salamat sa kabutihan ni Mr. at Mrs. ... na kumupkop sa akin noong aking kabataan..."
- Paglago sa pananalangin ng church na naka-sentro sa evangelism at ministry opportunities—"Magsisimula ako ng evangelistic Bible study sa trabaho. Kinakabahan ako. Pwede ba akong ipanalangin ng church?"
- Mas maraming miyembro ang nagbabahagi ng gospel sa mga hindi pa kasama sa church.

- Mas maraming mga gawain na pinapasimulan ng mga miyembro at hindi na masyadong umaasa sa program lang ng church—"Pastor, ano po sa tingin ninyo kung mag-organize kami ni Sally ng Christmas party para mai-share ang gospel ..."
- Napag-uusapan ang mga espirituwal na bagay, kasama na ang pagpapahayag ng kasalanan pagpapaalala na tumingin kay Cristo at sa ginawa niya, sa mga simpleng pagtitipon ng mga church members—"Kapatid, nag-struggle talaga ako sa ..."
- Mas lumalaki ang sacrificial giving—"Honey, paano kaya tayo makakapagbawas ng 1,000 pesos sa ating budget para makatulong sa ..."
- Mas lumalago ang bunga ng Espiritu.
- Nagsasakripisyo ang mga miyembro ng kanilang trabaho para makapaglingkod sa church—"Nabalitaan mo ba na tatlong beses tinanggihan ni Chris ang promotion niya para patuloy siyang makapaglingkod bilang elder?"
- Pinangungunahan ng mga asawang lalaki ang kanilang mga asawang babae nang may pagsasakripisyo—"Honey, ano ba ang mga puwede kong gawin para mas maramdaman mo na mahal at inuunawa kita?"
- Ang mga asawang babae ay nagpapasakop sa kanilang asawang lalaki—"Sweetheart, ano ang pwede kong gawin ngayon para masmapagaan ang buhay mo?"
- Ang mga magulang ay nangunguna sa pag-aakay sa kanilang mga anak sa pananampalataya – "Ipapanalangin natin ngayong gabi ang mga Christian workers sa bansang ... "
- Pagsang-ayon ng kabuuan ng church na disiplinahin ang mga hayagan at hindi tinatalikurang kasalanan.
- Pagpapakita ng pagmamahal sa makasalanan sa pamamagitan ng pag-abot sa kanya bago pa man umabot sa pagdidisiplina—"Gusto kitang makausap ..."

Ilang halimbawa lang ito ng klase ng church growth na dapat nating ipanalangin at pagsikapan bilang mga Kristiyano. Ang mga healthy churches ba ay lalago din sa bilang? Karaniwan ay oo, dahil sa kaaya-ayang patotoo nila sa Mabuting Balita. Pero hindi natin dapat isipin na ito ang sukatan ng paglago. Minsan ay may ibang layunin ang Diyos katulad ng pagtuturo sa kanyang mga anak na maghintay at magtiyaga. Ang dapat nating pagtuunan ay ang pagpapatuloy sa katapatan at totoong paglagong espirituwal.

At ano ang nagdudulot ng totoong paglago? Matapat na pangangaral ng Salita ng Diyos sa pamamagitan ng expositional Bible preaching. Tamang biblical theology. Gospel-centeredness. At ang biblical na pagkaunawa sa conversion, evangelism, membership, discipline, at leadership!

Pero kung ang mga churches ay lugar kung saan ang mga ideya lang ng pastor ang itinuturo, kung saan ang Diyos ay mas pinagdududahan kaysa sinasamba, kung saan ang gospel ay pinapalabnaw at ang evangelism ay ginagamitan ng gimik, kung saan walang kabuluhan ang pagiging miyembro ng church, at hinahayaan ang makamundong pamumuhay ng mga taong kasama ng pastor, wala tayong makikitang komunidad na nagkakaisa o nakapagpapalago ng ating pananampalataya.

GOD GLORIFIED BY GROWTH

Kapag nakakita tayo ng church na binubuo ng mga miyembro na lumalago sa pagiging katulad ni Cristo, sino ang napupuri? Ang Diyos, dahil, gaya ng sabi ni Pablo, "ang Diyos ang nagpatubo at nagpalago. Hindi ang nagtatanim o nagdidilig ang mahalaga kundi ang Diyos, sapagkat siya ang nagpapatubo at nagpapalago" (1 Cor. 3:6b-7; cf. Col. 2:19).

Ganun din sa pagwawakas ng sulat ni Pablo sa mga sinaunang Kristiyano, "Magpatuloy kayong lumago sa kagandahang-loob at sa pagkakilala sa ating Panginoon at Tagapagligtas na si Jesu-Cristo. Sa kanya ang kaluwalhatian, ngayon at magpakailanman! Amen" (2 Ped. 3:18). Baka isipin natin na ang ating paglago ay magbibigay ng papuri sa ating mga sarili. Pero alam ni Pedro ang totoo: "Mamuhay kayo nang maayos sa gitna ng mga Hentil upang kahit na pinaparatangan nila kayo ng masama, kapag nakita nila ang inyong mabubuting gawa ay magpupuri sila sa Diyos sa Araw ng kanyang paghuhukom. (1 Ped. 2:12). Katulad ito ng sinabi ni Jesus. "Gayundin naman, dapat ninyong paliwanagin ang inyong ilaw sa harap ng mga tao upang makita nila ang inyong mabubuting gawa at [papurihan kayo?" Hindi!] "papurihan ang inyong Ama na nasa langit" (Mat. 5:16). Ang pagsisikap para sa paglago at pagtulong ng ibang Kristiyano sa kanilang pagsunod kay Cristo (*discipleship*) ay isa pang tanda ng isang *healthy church*.

WEEK 1
THE NEED FOR
DISCIPLESHIP

GETTING STARTED

1. *Ano ang isang karanasan mo na nagpakita na marami ka pang kailangang matutunan – pwedeng ito ay sa pamilya, sa trabaho, sa church o sa iba pang bahagi ng buhay mo?*

Ang buong pag-aaral na ito ay tungkol sa *discipleship*. Ang pagiging *disciple* ay pagiging estudyante na natututo at gumagaya sa kanyang teacher. Bilang mga *disciples* ni Jesu-Cristo, lahat tayo ay tinawag para matuto at sumunod sa kanya sa bawat bahagi ng buhay.

Ibig sabihin, dapat nating maintindihan na ang discipleship ay isang *lifelong process*. Sa buhay na ito, wala ni isa man sa atin ang maka-kapagtapos dito. Lahat tayo ay kailangang magpatuloy bilang disciple.

MAIN IDEA

Walang sinuman sa atin ang perpekto. Lahat tayo ay kailangang lumago bilang mga tagasunod ni Cristo.

DIGGING IN

Sa Filipos 3:8-11, ipinahayag ni Pablo na lahat ng dati niyang ipinag-mamalaki ay itinuturing na niya ngayong walang halaga dahil sa higit na kahalagahan ng makilala si Cristo. Ipinaliwanag niya kung bakit masaya siya kahit nawala ang mga iyon at higit pa: naging daan iyon para makilala niya si Cristo, makabahagi sa kanyang pagdurusa, at makamit ang pagkabuhay mula sa mga patay.

Pero hindi sinabi ni Pablo na siya ay naging *perfectly mature*. Siya mismo ang nagsabi:

¹² Hindi sa nakamtan ko na ang mga bagay na ito. Hindi rin sa ako'y ganap na; ngunit sinisikap kong makamtan ang gantimpala sapagkat ito ang dahilan kung bakit ako'y tinawag ni Cristo Jesus. ¹³ Mga kapatid, hindi ko ipinapalagay na nakamtan ko na ito. Ngunit isang bagay ang ginagawa ko: habang nililimot ko ang nakaraan at sinisikap na marating ang layuning nais kong makamtan, ¹⁴ nagpupunyagi ako patungo sa hangganan upang makamtan ang gantimpala ng pagkatawag sa akin ng Diyos sa pamamagitan ni Cristo Jesus, ang buhay na nasa langit. ¹⁵ Ganyan ang dapat maging kaisipan nating mga matatag na sa pananampalataya. Kung hindi ganito ang inyong pag-iisip, ipapaunawa iyan sa inyo ng Diyos. ¹⁶ Ang mahalaga ay panghawakan natin ang ating nakamtan na. ¹⁷ Mga kapatid, magkaisa kayong tumulad sa halimbawang ipinakita ko sa inyo. Pag-ukulan din ninyo ng pansin ang lahat ng sumusunod sa aming halimbawa. ¹⁸ Sapagkat tulad ng madalas kong sinasabi sa inyo noon at ngayo'y luhaang inuulit ko, marami ang namumuhay bilang mga kaaway ng krus ni Cristo. ¹⁹ Kapahamakan ang kahihinatnan nila sapagkat ang dinidiyos nila ay ang hilig ng kanilang katawan. Ikinararangal nila ang mga bagay na dapat sana nilang ikahiya, at wala silang iniisip kundi ang mga bagay na may kinalaman sa mundong ito. ²⁰ Subalit sa kabilang dako, tayo ay mga mamamayan ng langit. Mula roo'y hinihintay nating may pananabik ang Panginoong Jesu-Cristo, ang ating Tagapagligtas. ²¹ Sa pamamagitan ng kapangyarihang ginamit niya sa pagpapasuko sa lahat ng bagay, ang ating katawang may kahinaan ay babaguhin niya

upang maging katulad ng kanyang katawang maluwalhati.
(Fil. 3:12–21)

1. Ano ang sinasabi ni Pablo na hindi pa niya nagawa at hindi pa niya nakamit? (vv. 12–13)?

2. Kung ganito ang pananaw ni apostol Pablo sa kanyang sarili, ano ang sinasabi nitong dapat na attitude natin sa ating mga sarili?

3. Anong dahilan ang sinabi ni Pablo kung bakit siya nagsusumikap na mas makilala si Cristo? (v. 12)?

4. Ano ang itinuturo nito sa atin tungkol sa batayan at motivation ng paglago bilang mga Kristiyano?

5. Ano ang isang bagay na ginagawa ni Pablo (vv. 13–14)?

6. Ano ang larawang ginamit ni Pablo sa vv. 13-14? Ano ang naaalala mo dito? Ano ang itinuturo nito sa atin tungkol sa pagsisikap na dapat nating ginagawa para lumago bilang mga Kristiyano?

7. Sino ang tinutukoy ni Pablo na tularan natin sa v. 17? (Hint: May dalawang sagot.)

8. Ano ang itinuturo nito sa atin tungkol sa kung paano tayo lalago bilang mga Kristiyano?

9. Ano ang sinabi ni Pablo na banta (threat) sa ating matapat na pag-sunod sa mabuting halimbawa niya at ng iba (vv. 18-19)? Bakit lalong mahalaga na sumunod sa godly examples dahil sa bantang ito?

10. *Isulat ang lahat ng sinabi ni Pablo sa vv. 20-21 na totoo sa atin bilang mga Kristiyano. Paano nagpapalakas sa atin ang bawat isa dito na magpatuloy bilang tagasunod ni Cristo?*

11. *Paano ka tumutugon kapag itinama ka o sinaway ka ng isang kapwa mananampalataya? Ano ang ipinapakita nito tungkol sa pagtingin mo sa iyong sarili?*

12. *Sa pag-aaral na ito, nakita natin na lahat tayo ay kailangang patuloy na lumago bilang mga tagasunod ni Jesu-Cristo, at gagawin natin ito sa pamamagitan ng pagsunod sa mga taong makadiyos. Sino ang isa o dalawang tao na para sa 'yo ay karapat-dapat tularan dahil sa pagsunod nila kay Cristo? Anu-anong mga katangian ang nakikita mo sa mga taong iyon na karapat-dapat tularan dahil katulad ito ng kay Cristo?*

13. *Sinabi ni Pablo na siya ay isang halimbawang dapat tularan. Maaaring gawin ito nang may kayabangan. Ipaliwanag kung paano ito magagawa nang may kababaang-loob.*

14. *Ang buhay mo ba ay isang halimbawa na dapat tularan ng mga mas nakababatang Kristiyano? Kung hindi, nagsisikap ka bang maging ganito?*

15. *Ano ang isang hakbang na gagawin mo sa linggong ito para lumago bilang isang disipulo ni Jesu-Cristo?*

WEEK 2
THE DEFINITION
OF DISCIPLESHIP

GETTING STARTED

1. *Ano ang naiisip mo kapag pinag-uusapan ang "discipleship"? Positibo ba o negatibo ang naiisip mong ito?*

MAIN IDEA

Ang ibig sabihin ng *discipleship* ay paglago bilang mga tagasunod ni Jesus at pagtulong sa iba na sumunod din sa kanya.

DIGGING IN

Sa Gospels, tinatawag ni Jesus ang mga tao para iwanan ang lahat at sumunod sa kanya. Basahin nang malakas ang mga talatang ito:

[18] Minsan, naglalakad si Jesus sa tabi ng Lawa ng Galilea. Nakita niyang naghahagis ng lambat sa lawa ang dalawang mangingisda, si Simon na tinatawag ding Pedro, at ang kapatid niyang si Andres. [19] Sinabi ni Jesus sa kanila, "Sumunod kayo sa akin at gagawin ko kayong mga mangingisda ng mga tao." [20] Noon di'y iniwan nila ang kanilang mga lambat at sumunod kay Jesus. (Mat. 4:18–20)

⁹ Pag-alis ni Jesus doon, nakita niya si Mateo na nakaupo sa tanggapan ng buwis. Sinabi ni Jesus sa kanya, "Sumunod ka sa akin." Tumayo nga si Mateo at sumunod sa kanya. (Mat. 9:9)

²⁴ Sinabi ni Jesus sa kanyang mga alagad, "Sinumang nag-nanais sumunod sa akin ay kailangang itakwil ang kanyang sarili, pasanin ang kanyang krus, at sumunod sa akin. ²⁵ Ang naghahangad na magligtas ng kanyang buhay ay mawawalan nito; ngunit ang mawalan ng kanyang buhay alang-alang sa akin ay magkakamit nito. (Mat. 16:24–25)

²⁵ Ang taong nagpapahalaga sa kanyang buhay ay siyang mawawalan nito, ngunit ang taong hindi nagpapahalaga sa kanyang buhay sa daigdig na ito ay siyang magkakaroon ng buhay na walang hanggan. ²⁶ Ang naghahangad na magling-kod sa akin ay dapat sumunod sa akin, at saanman ako naroroon ay naroroon din siya. Pararangalan ng Ama ang sinumang naglilingkod sa akin." (Juan 12:25–26)

1. *Base sa mga talatang ito, ano ang ibig sabihin ng pagsunod kay Jesus? Isulat ang lahat ng maiisip mo tungkol dito.*

2. *Ang pagsunod kay Jesus ba ay nangangahulugang dapat nating iwanan ang ating mga responsibilidad tulad ng ginawa nina Pedro, Andres, at Mateo? Ipaliwanag ang sagot mo mula sa Biblia.*

3. *Ayon sa mga talatang ito, madali ba ang pagsunod kay Jesus?*

Sa nakaraang pag-aaral natin, napag-usapan natin ang katoto-hanang walang isa man sa atin ang perpekto. Lahat tayo ay kaila-ngang lumago bilang mga tagasunod ni Jesus. Kahit noong tayo ay maniwala sa Mabuting Balita, hindi tayo tunay na tagasunod ni Jesus kung tayo ay "nagpasya" o "nagdesisyon" lang na isuko ang buhay sa kanya pero wala namang naging pagbabago sa atin.

Ang pagiging Kristiyano o tagasunod ni Jesus ay nanga-ngahulugang palagian tayong nagsisisi at humihingi ng tawad sa ating kasalanan, nilalabanan ito, at nagsisikap na lumago sa pagka-katulad kay Cristo. Katulad ng sinasabi ni Pedro, "Sa halip, patuloy kayong lumago sa kagandahang-loob ng ating Panginoon at Taga-pagligtas na si Jesu-Cristo, at sa pagkakilala sa kanya" (2 Ped. 3:18). Ang pagiging tagasunod ni Jesus ay patuloy na paglago sa pagsunod kay Jesus.

Tingnan natin ang isa pang talata sa Biblia na nagbibigay ng linaw sa *discipleship*. Sa huling bahagi ng aklat ng Mateo, binigyan ni Jesus ang 11 *disciples* ng tagubilin na tinatawag na *Great Commission*. Sabi rito,

> [18] Lumapit si Jesus at sinabi sa kanila, "Ibinigay na sa akin ang lahat ng kapangyarihan sa langit at sa lupa. [19] Kaya't humayo kayo, gawin ninyong alagad ko ang mga tao sa lahat ng mga bansa. Bautismuhan ninyo sila sa pangalan ng Ama, at ng Anak, at ng Espiritu Santo. [20] Turuan ninyo silang su-munod sa lahat ng iniutos ko sa inyo. Tandaan ninyo, ako'y laging kasama ninyo hanggang sa katapusan ng panahon." (Mat. 28:18–20)

4. *Ano ang sinabi ni Jesus na ibinigay na sa kanya (v. 18)? Ano ang dapat nating maging tugon dito?*

5. *Ano ang iniutos na Jesus na gawin ng kanyang mga* disciples? *Paano nila ito gagawin (vv. 19–20)?*

6. *Sa palagay mo ba ang talatang ito ay para rin sa mga mananam-palataya ngayon, o para lamang ito sa 11 disciples? Ipaliwanag ang iyong sagot mula sa talata.*

7. *Anong* encouragement *o pampalakas ng loob ang ibinigay ni Jesus sa atin sa gawaing ito ng pagtuturo sa iba na sumunod din kay Jesus (v. 20)?*

8. *Ano ang mga bagay na maaaring magpahina ng loob natin sa pag-akay sa iba sa pagsunod kay Jesus? Sa mga pagkakataong iyon, paano makatutulong sa atin ang pangako ni Jesus na palagi natin siyang kasama?*

9. *Karaniwan nating ginagamit ang talata ito kapag pinag-uusapan ang* cross-cultural missions *o pag-abot sa ibang lahi. Tiyak na iyon ang iniuutos ni Jesus dito pero iyon lang ba ang* application *ng talatang ito? Ano sa palagay mo?*

Nakita natin sa talatang ito na dapat sumunod sa lahat ng kanyang utos ang mga disciples ni Jesus. Kasama rito ang paghayo at pagtuturo sa iba na sumunod din sa kanya. Ibig sabihin nito, lahat ng disciples ni Jesus ay kikilos para ang ibang tao ay maging tagasunod din ni Jesus. Gagawin natin ito sa pamamagitan ng pagpapahayag ng Mabuting Balita sa kanila. At para sa mga magtitiwala kay Jesus, tuturuan silang sumunod sa lahat ng iniutos niya.

Ang pagiging tagasunod ni Jesus ay pagtulong sa iba na lumago bilang mga tagasunod ni Jesus.

10. *Naipapamuhay mo ba ang pagiging tagasunod ni Jesus sa bawat bah-agi ng iyong buhay? Anong bahagi ng buhay mo ang nahihirapan kang sumunod kay Jesus?*

Ito ang isang praktikal na paraan para matugunan mo ang naunang tanong. May kakilala ka bang isang mananampalataya na nagpapakita ng pagsunod kay Jesus sa bahaging iyon na nahihirapan ka? Kung gayon, tanungin mo siya kung maaari kang tulungan at turuang makasunod kay Jesus sa aspetong ito. Disenyo ng Diyos na tayo ay lumago sa tulong din ng iba. Kung wala ay magtanong-tanong ka sa church n'yo hanggang may makita kang godly example sa bahaging ito.

11. *Tinuturing mo ba na normal na bahagi ng pagsunod kay Jesus ang pagtulong sa ibang lumago bilang tagasunod ni Jesus? Sa anong paraan maiimpluwensiyahan nito ang mga sumusunod:*

- Ang paggamit mo ng oras sa araw-araw?
- Ang paghahanda mo sa lingguhang worship service?
- Ang mga ordinaryong pakikipag-usap sa mga kaibigan?
- Ang iba pang mga bahagi ng buhay?

TULUNG-TULONG SA PAGLAGO

WEEK 3
THE MOTIVATIONS
OF DISCIPLESHIP

GETTING STARTED

1. *May mga bagay ba na kailangan mong gawin pero madalas ay ayaw mong gawin? Paano ka nagkakaroon ng gana o motivation na gawin ito? Ano ang ginagawa mo?*

Sa pag-aaral na ito, pagtutuunan natin ng pansin ang mga motivations sa discipleship. Bakit dapat tayong magsikap na sumunod sa Diyos at lumago sa kabanalan? Anu-ano ang mga tamang dahilan para magpatuloy sa paglago bilang Kristiyano at tulungan ang iba na gawin din ito?

MAIN IDEA
Dapat tayong lumago bilang mga Kristiyano at tulungan ang iba na magpatuloy din sa paglago dahil sa kung sino ang Diyos, ano ang ginawa niya para sa atin kay Cristo, at kung sino na tayo dahil sa pakikipag-isa natin kay Cristo.

DIGGING IN
Sa Colosas 3, inilahad ni apostol Pablo ang pangitain para sa paglago bilang mga tagasunod ni Jesus na may mayaman at iba't ibang dahilan. Isinulat niya,

[1] Yamang binuhay kayong muli na kasama ni Cristo, ituon ninyo ang inyong pag-iisip sa mga bagay na nasa langit na kinaroroonan ni Cristo, na nakaupo sa kanan ng Diyos. [2] Ang mga bagay na panlangit ang isaisip ninyo, hindi ang mga bagay na panlupa, [3] sapagkat namatay na kayo at ang inyong buhay ay nakatago sa Diyos, kasama ni Cristo. [4] Si Cristo ang inyong buhay, at kapag siya'y nahayag na, mahahayag din kayong kasama niya at makakahati sa kanyang kaluwalhatian.

[5] Kaya't patayin na ninyo ang mga pagnanasang maka-mundo: ang pakikiapid, karumihan, mahalay na simbuyo ng damdamin, masamang pagnanasa, at ang kasakiman na isang uri ng pagsamba sa diyus-diyosan. [6] Dahil sa mga ito, tatanggap ng parusa ng Diyos [ang mga taong ayaw pasakop sa kanya]. [7] Kayo man ay namuhay din ayon sa mga pag-nanasang iyon nang kayo ay pinaghaharian pa ng mga ito.

[8] Ngunit ngayon, itakwil na ninyo ang lahat ng galit, poot, at sama ng loob. Iwasan na ninyo ang panlalait at malas-wang pananalita.

[9] Huwag kayong magsisinungaling sa isa't isa, sapagkat hinubad na ninyo ang dati ninyong pagkatao, pati ang mga gawa nito.

[10] Isinuot ninyo ang bagong pagkatao na patuloy na nababago at nagiging kalarawan ng Diyos na lumikha sa inyo, upang lalo ninyo siyang makilala. [11] Kaya't sa kala-gayang ito, wala nang pagkakaiba ang Griego at ang Judio, ang tuli at ang di-tuli, ang dayuhan at ang hindi sibilisado, ang alipin at ang malaya. Ngunit si Cristo ang pinakamaha-laga sa lahat, at siya'y nasa inyong lahat.

[12] Kaya nga, dahil kayo'y hinirang ng Diyos, minamahal niya at pinili para sa kanya, dapat kayong maging mahabagin, mabait, mapagpakumbaba, mahinahon, at mapagtiis. [13] Magpasensiya

kayo sa isa't isa. Kung may hinanakit kayo kaninuman, mag-
patawad kayo gaya ng pagpapatawad sa inyo ng Panginoon.
(Col. 3:1–13)

1. *Ano ang iniuutos ni Pablo na gawin natin sa verse 1? Ano ang basehan
   ng iniuutos na ito ni Pablo (v. 1)?*

2. *Sinasabi ni Pablo na tayo ay spiritually dead noon, pero ngayon ay
   binuhay na kasama ni Cristo, at ngayon ay nakaupong kasama niya
   sa langit. Nagbibigay ba ito ng motivation o pagnanais sa iyo na
   lumago bilang tagasunod ni Jesus? Bakit o bakit hindi?*

3. *Ano ang kaibahan ng ganitong motivation sa discipleship kumpara
   sa pagsunod sa utos ng Diyos dahil ito ay isang obligasyon?*

4. *Ano ang iniuutos ni Pablo sa atin sa verse 2? Ano ang basehan ng utos
   na ito ni Pablo (vv. 3-4)?*

5. *Sinabi ni Pablo sa verse 3 na kung ikaw ay isang Kristiyano, ikaw ay
   namatay na. Namatay ka na sa iyong lumang pagkatao. Namatay
   ka na sa kasalanan. Namatay ka na sa kapangyarihan ng mundong
   ito na dating umalipin sa iyo. Paano nagbibigay ng sigla at lakas ng
   loob ang katotohang ito sa pamumuhay mo nang may kabanalan?*

6. *Sa verse 4, pinapaalala ni Pablo sa atin na kapag nahayag na si
   Cristo, tayo ay mahahayag ring kasama niya at makakahati sa
   kanyang kaluwalhatian.*

   a) Isipin mo ang isang gawaing natapos mo na may tiyak
   na layunin, katulad ng project na may deadline. Ngayon
   isipin mo kung ang kalalabasan nito ay sigurado at tiyak na
   mangyayari. Paano makakaapekto ito sa iyong pagsisikap na

gawin at tapusin ito?

b) Paano magtutulak sa atin na magpatuloy sa paglago kay Cristo ang tiyak na pag-asa na tayo'y makakahati sa kaluwalhatian niya?

Sa kabuuan, ang unang apat na verses sa talatang ito ang nagpapasigla sa ating paglago sa kabanalan sa pagpapaalala sa atin ng ating kamatayan sa kasalanan at bagong buhay kay Cristo (vv. 1–3), at ang tiyak na pag-asa ng kaluwalhatian kasama si Cristo (v. 4).

7. *Ano ang sabi ni Pablo na "patayin na" sa verse 5? Ano ang ibig sabihin ng "patayin na" ang isang asal o ugali?*

8. *Ano ang sinasabi ni Pablo sa verse 6 na tatanggapin ng mga taong ayaw pasakop sa Diyos? Bakit?*

Malinaw sa katuruan ni Pablo tungkol sa poot ng Diyos na isang dahilan kung bakit tayo dapat sumunod kay Cristo ay ang kaparusahan ng Diyos sa kasalanan.

Una, dapat tayong sumunod kay Cristo para ipakita ang pagiging totoo ng faith natin. Sabi ni Jesus na ang mga umiibig sa kanya ay sumusunod sa kanyang mga utos (Juan 14:15). Kung hindi natin sinusunod ang mga utos ni Jesus, hindi tayo kabilang sa kanya. Ibig sabihin ay nasa atin pa rin ang poot ng Diyos.

Pangalawa, ang poot ng Diyos sa kasalanan ang dapat na magtulak sa atin para layuan ito at pagsumikapan ang pamumuhay sa katuwiran. Ang poot ng Diyos ay nagpapakita kung ano talaga ang kasalanan: ito ay pagtataksil sa Diyos at dapat lamang parusahan. Kaya tayo rin ay magagalit sa kasalanan kung pagbubulayan natin ang tungkol sa galit ng Diyos sa kasalanan.

9. *Ano ang iniuutos ni Pablo na "itakwil na" sa verse 8? Ano ang iniutos niya na huwag nating gawin sa verse 9? Ano ang ibinigay niyang dahilan kung bakit hindi natin dapat gawin ang mga bagay na ito (vv. 9–10)?*

10. *Ano ang sinabi ni Pablo tungkol sa ugali at pagtrato ng Diyos sa atin sa verses 12–13? Ano ang sinabi niyang gawin natin dahil dito?*

Sa pag-aaral na ito, nakita natin na ang Diyos ay nagbibigay sa atin ng maraming dahilan para magpatuloy tayo sa pagsunod sa kanya at tulungan ang iba na gawin din ito:

- Ang ating kamatayan sa kasalanan at bagong buhay kay Cristo (vv. 1–3).
- Ang ating tiyak na pag-asa na makasama si Cristo sa kaluwalhatian (v. 4).
- Napopoot ang Diyos sa kasalanan at paparusahan niya ito (v. 6).
- Ang ating bagong pagkatao kay Cristo (vv. 9–10).
- Ang pagpili at pagmamahal ng Diyos sa atin (v. 12).
- Ang pagpapatawad ng Diyos sa ating mga kasalanan (v. 13).

11. *Sa mga katotohanang ito, may mga bago ba para sa iyo? Kung lahat ng ito ay alam mo na noon, meron ba ditong bagong motivation para sa paglago mo sa pagsunod sa Diyos?*

12. *Paano mo magagamit ang mga katotohanan sa talatang ito para magbigay sigla sa iyo at sa ibang tao na magpatuloy sa pagsunod sa Diyos?*

13. Base sa pag-aaral na ito, ano sa tingin mo ang mga maling dahilan sa pagsunod sa Diyos? May natuklasan ka bang mali sa iyong mga personal na motivation sa pagsunod sa Diyos?

14. Paanong nakatulong magbigay-sigla sa pagsunod mo sa Diyos o sa discipleship mo sa iba ang mga katotohanang ito na ating pinag-aralan? Ano na ang naging impact ng mga katotohanang ito sa iyong discipleship?

WEEK 4
THE MEANS OF DISCIPLESHIP (FOLLOWING GODLY EXAMPLES)

GETTING STARTED

Narinig mo na ba ang kasabihang "*Some things are better caught than taught*" (May mga bagay na mas madaling gayahin kaysa ituro)? Ipinakikita nito na may mga bagay na mas natututunan kung may halimbawang gagayahin kaysa sa pormal na paraan ng pagtuturo.

1. *Ano ang mga bagay na mas natutunan mo dahil may ginaya ka kaysa sa pormal na pinag-aralan tungkol dito (tulad ng pakikinig sa lecture, pagbabasa, atbp.)?*

Bilang mga Kristiyano, marami talaga tayong natututunan sa pamamagitan ng mga pag-aaral – at pagtutuunan natin ito ng pansin sa susunod na paksa. Pero sa pag-aaral na ito, titingnan natin ang isang mahalaga pero madalas ay nababale-walang paraan ng paglago bilang Kristiyano, at ito ay ang paggaya o pagtulad sa mga godly examples.

MAIN IDEA

Ang pagkatuto mula sa mga godly examples ay isang mahalagang aspeto ng pagsunod kay Cristo. Ibig sabihin nito, dapat tayong maghanap ng mga godly examples para tularan, at tayo rin mismo ay maging godly example sa iba.

DIGGING IN

Sa huling bahagi ng 1 Corinto 10, tinapos ni Pablo ang isang mahaba at masalimuot na pagtatalakay tungkol sa mga karneng inihandog sa mga diyus-diyosan at iba pang mga isyu na gumugulo sa mga Kristiyano sa Corinto. Ang kanyang punto ay ito – sa lahat ng ating gagawin, dapat nating isipin ang ikabubuti ng iba. Ang ating pagtutuunan sa ating pag-aaral ngayon ay hindi ang isyu na tinalakay ni Pablo kundi ang mga prinsipyong ibinigay niya sa atin:

[23] Mayroon namang magsasabi, "Malaya akong gumawa ng anuman," ngunit hindi lahat ng ito ay nakakabuti. "Malaya akong gumawa ng anuman," ngunit hindi rin lahat ng ito'y nakakatulong. [24] Huwag ang sariling kapakanan ang unahin ninyo, kundi ang sa iba. [25] Kumain kayo ng anumang nabibili sa tindahan ng karne at huwag nang magtanong pa upang hindi mabagabag ang inyong budhi. [26] Sapagkat sinasabi ng kasulatan, "Ang buong daigdig at lahat ng naroroon, ang Panginoon ang may-ari niyon!" [27] Kung anyayahan kayo ng isang hindi sumasampalataya at nais ninyong dumalo, kainin ninyo ang anumang ihain sa inyo at huwag na kayong magtanong pa kung iyon ay ikagugulo ng inyong budhi. [28] Ngunit kung may magsabi sa inyo, "Ito'y inialay sa mga diyus-diyosan," huwag ninyong kainin iyon alang-alang sa nagsabi sa inyo, upang di mabagabag ang budhi. [29] Ang aking tinutukoy ay ang budhi ng inyong kapwa, at hindi ang budhi ninyo. Bakit hahadlangan ng budhi ng iba ang aking kalayaan? [30] Bakit ako susumbatan dahil sa pagkain ko ng mga bagay na ipinagpasalamat ko naman sa Diyos? [31] Kaya nga, kung kayo'y kumakain o umiinom, o anuman ang ginagawa ninyo, gawin ninyo ang lahat sa ika-rarangal ng Diyos. [32] Huwag kayong maging sanhi ng pagka-kasala ninuman, ng mga Judio, ng mga Hentil, o ng mga

kaanib sa iglesya ng Diyos, ³³ sa halip, tularan ninyo ang ginagawa ko. Sinisikap kong mabigyang kasiyahan ang lahat ng tao sa bawat ginagawa ko. Hindi ko inuuna ang sarili kong kapakanan kundi ang kapakanan ng marami, upang maligtas sila. ¹¹:¹ Tularan ninyo ako, gaya ng pagtulad ko kay Cristo. (1 Cor. 10:23–11:1)

1. *Ano ang nakitang mali ni Pablo sa kasabihang "Malaya akong gumawa ng anuman" (vv. 23–24)? Ano ang itinuturo nito sa atin tungkol sa mga dapat unahin ng isang Kristiyano?*

2. *Sa verses 28–29, sinabihan ni Pablo ang mga taga-Corinto na isaalang-alang ang budhi ng ibang tao para hindi sila mabagabag. Anong ugali ang ipinapakita nito?*

3. *Anong dahilan ang ibinigay ni Pablo kung bakit sinisikap niyang bigyang kasiyahan ang lahat ng tao sa bawat ginagawa niya (v. 33)?*

4. *Ano ang sinasabi ni Pablo na gawin natin sa 11:1?*

5. *Para sa iyo, mayabang o self-centered ba ang dating ng isang Kristiyano kung sasabihin niyang "Tularan mo ako, gaya ng pagtulad ko kay Cristo"? Bakit o bakit hindi?*

6. *Sa palagay mo, bakit sinabi ni Pablo sa mga taga-Corinto na gayahin ang kanyang pamumuhay kasama ang iba pang itinuro niya sa kanyang sulat? Bakit mahalagang aspeto ng discipleship ang pagtulad sa mga godly examples?*

Ang isa pang halimbawa ng discipleship by imitation ay makikita natin sa 2 Timoteo 3. Nagbigay ng babala si Pablo kay Timoteo tungkol sa mga taong hindi maka-diyos sa bahaging ito (vv. 1-9). Sa verse 10 naman ay sinabi niya kay Timoteo kung paano siya dapat mamuhay sa kabila ng oposisyong ito:

> [10] Ngunit sinunod mo ang aking itinuro sa iyo, ang aking ugali at layunin sa buhay. Tinularan mo ang aking pananampalataya, pagtitiyaga, pag-ibig at katapatan. [11] Nasaksihan mo ang mga pag-uusig at paghihirap na dinanas ko sa Antioquia, Iconio at Listra. Napakahirap ng dinanas ko! Ngunit sa lahat ng iyon ay iniligtas ako ng Panginoon. [12] Gayundin naman, ang lahat ng nagnanais mamuhay nang matuwid bilang tagasunod ni Cristo Jesus ay daranas ng mga pag-uusig, [13] samantalang ang masasama ay lalo namang magpapakasama, at ang manlilinlang ay patuloy na manlilinlang at sila man ay malilinlang din. [14] Ngunit ikaw, magpatuloy ka sa mga aral na natutuhan mo at matibay mong pinaniwalaan, sapagkat kilala mo ang mga nagturo nito sa iyo. [15] Mula pa sa pagkabata ay alam mong ang Banal na Kasulatan ay nagtuturo ng daan ng kaligtasan sa pamamagitan ng pananampalataya kay Cristo Jesus. [16] Ang lahat ng Kasulatan ay kinasihan ng Diyos, at nagagamit sa pagtuturo ng katotohanan, sa pagtatama sa maling katuruan, sa pagtutuwid sa likong gawain at sa pagsasanay para sa matuwid na pamumuhay, [17] upang ang lingkod ng Diyos ay magiging karapat-dapat at handa sa lahat ng mabubuting gawain. (2 Tim. 3:10–17)

7. *Ano ang "sinunod" ni Timoteo (vv. 10-11)? Paano ito nakakatulong sa kanyang labanan ang mga impluwensyang hindi maka-diyos?*

8. *Ano ang sinabi ni Pablo na mangyayari sa:*

a) Lahat ng nagnanais mamuhay ng matuwid bilang tagasunod ni Cristo Jesus (v. 12)?
b) Masasama at manlilinlang (v. 13)?

9. *Ano ang sinabi ni Pablo na dapat gawin ni Timoteo dahil dito (vv. 14–15)? Bakit mahalagang alalahanin ni Timoteo ang taong nagturo sa kanya ng mga aral na kanyang pinaniniwalaan?*

Nakita natin sa mga talatang ito na mahalaga sa *discipleship* ang pagsunod sa *godly examples.*

Tinuruan ni Pablo ang mga taga-Corinto na tularan siya gaya ng pagtulad niya kay Cristo. Nangangahulugan ito na dapat nilang isipin ang makabubuti para sa iba sa lahat ng kanilang gagawin – para ang mga hindi pa Kristiyano ay sumampalataya rin kay Cristo at ang mga mananampalataya na ay mas lumago pa. Kaya nga para sa mga taga-Corinto – at para sa atin – ang pagsunod sa halimbawa ni Pablo ay paglalaan ng buhay para matulungan ang iba na makilala si Cristo at lumago sa pananampalataya sa kanya.

Sa 2 Timoteo, pinaalala kay Timoteo ang klase ng pamumuhay ni Pablo: ang kanyang turo, ugali, layunin sa buhay, pananampalataya, pagtitiyaga, pag-ibig at katapatan, at mga pag-uusig na kanyang tiniis at naranasan ang pagliligtas ng Diyos. Sa kanyang pagharap sa oposisyon ng mga taong hindi maka-diyos, pinaalala ni Pablo kay Timoteo ang lahat ng ito at hinikayat na tularan siya.

Ang pagsunod sa mga *godly examples* ay mahalaga sa *discipleship,* at ang lahat ng Kristiyano ay tinawag para lumago bilang *disciples* at tumulong rin sa paglago ng ibang *disciples.* Kaya nga, ang lahat ng Kristiyano ay dapat humanap ng *godly examples* na kanilang tutularan at magsilbing *godly examples* rin naman sa iba.

10. *Nakita natin sa pag-aaral na ito na mahalaga para sa mga Kristiyano ang matuto sa pamamagitan ng paggaya sa iba bukod pa sa pormal na pag-aaral. Ano ang maaaring mangyari kung tayo ay natututo lamang sa pamamagitan ng pag-aaral at hindi nagkakaroon ng malapit na relasyon sa mga taong maka-diyos?*

11. *Kung ang learning by imitation ay malaking bahagi ng* discipleship, *bakit mahalaga sa isang Kristiyano ang pakikibahagi sa isang* healthy church?

12. *Ano ang mga praktikal na hakbang na kailangan mong gawin para matularan ang mga* godly examples *sa inyong* local church?

13. *Bilang Kristiyano, ikaw ay may responsibilidad –* at joyful opportunity *– na maging* godly example *sa iba. Paano makakaapekto ito sa paraan ng pamumuhay mo araw-araw?*

WEEK 5
THE MEANS OF DISCIPLESHIP
(TEACHING ONE ANOTHER)

GETTING STARTED

1. *Alalahanin mo ang ilan sa mga Christians na may malaking naituro sa iyo. Paano mo sila naituring na "good teachers"?*

MAIN IDEA

Ang lahat ng mga Kristiyano ay tinawag para magsalita ng katotohanan sa isa't isa upang magkatulungan sa paglago sa kabanalan. Isa sa mga pangunahing paraan ng paglago bilang mga disciples ay ang ating *personal relationships* kung saan naipapamuhay natin ang mga *gospel truths* sa bawat aspeto ng buhay.

DIGGING IN

Sa Roma 15:14–16, isinulat ni Pablo,

> ¹⁴ Mga kapatid, lubos akong naniniwalang kayo mismo ay puspos ng kabutihan at may sapat na kaalaman, kaya't matu-turuan na ninyo ang isa't isa. ¹⁵ Gayunman, sa sulat na ito'y naglakas-loob akong paalalahanan kayo tungkol sa ilang bagay. Ginawa ko ito dahil sa kagandahang-loob ng Diyos sa akin ¹⁶ upang maging lingkod ni Cristo Jesus bilang pari sa mga Hentil. Ipinapangaral ko sa kanila ang Magandang Bal-ita ng Diyos upang sila'y maging handog na kalugud-lugod sa kanya, dahil sila ay ginawang banal na ng Espiritu Santo.

1. *Sa tingin mo ba ay isusulat ni Pablo ang verse 14 tungkol sa church ninyo? Bakit o bakit hindi?*

2. *Bakit nasabi ni Pablo sa mga taga-Roma na siya ay naniniwalang matuturuan nila ang isa't isa (v. 14)? Ano sa palagay mo ang ina-asahan ni Pablo na gagawin nila bilang tugon?*

3. *Sa tingin mo ba ay kaya mong magturo sa iba? Kaya ka bang turuan ng ibang church members? Bakit o bakit hindi?*

Nakita natin sa Roma 15:14 na inaasahan ni Pablo ang lahat ng *church members* na magturo sa isa't isa. Sa Efeso 4, nagbigay si Pablo ng mas malinaw na pagtuturo tungkol dito at kung paanong ang buong *church* ay lalago:

> [11] At binigyan niya ang ilan ng kaloob upang maging mga apostol, ang iba nama'y mga propeta, ang iba'y ebanghelista, at ang iba'y pastor at guro. [12] Ginawa niya ito upang ihanda sa paglilingkod ang lahat ng mga banal, para sa ikatitibay ng katawan ni Cristo, ang iglesya, [13] hanggang makamtan natin ang iisang pananampalataya at pagkakilala sa Anak ng Diyos, at maging ganap ang ating pagkatao ayon sa pagiging-ganap ni Cristo. [14] Nang sa gayon, hindi na tayo magiging tulad sa mga batang madaling matangay ng sari-saring aral. Hindi na tayo maililigaw ng mga taong ang hangad ay dalhin tayo sa kamalian sa pamamagitan ng kanilang katusuhan at panlilinlang. [15] Sa halip, sa pamamagitan ng pagsasalita ng katotohanan sa diwa ng pag-ibig, tayo'y dapat maging lubos na katulad ni Cristo na siyang ulo nating lahat. [16] Sa pamamagitan niya, ang mga bahaging pinag-ugnay-ugnay ng kasukasuan ay magiging isang katawan; at kung maayos na gumaganap ng tungkulin ang

bawat bahagi, ang buong katawan ay lalaki at lalakas sa pamamagitan ng pag-ibig. (Efeso 4:11–16)

4. *Ayon sa talatang ito, ano ang responsibilidad ng isang pastor (vv. 11-12)? Ano ang kaibahan nito sa karaniwang naiisip natin tungkol sa "ministry"?*

5. *Sino ang sinasabi ni Pablo na magkakamit ng iisang pananampalataya at pagiging ganap ayon sa pagiging ganap ni Cristo? (v. 13)*

6. *Ayon sa verse 15, ano ang paraan para tayo ay maging lubos na katulad ni Cristo?*

7. *Base sa buong talatang ito, sino ang iniisip ni Pablo kapag sinasabi niya ang tungkol sa "pagsasalita ng katotohanan sa diwa ng pag-ibig" (v. 15)?*

8. *Basahin ang verse 16. Itinuturo dito ni Pablo na ang katawan ni Cristo ay lalago kung ang bawat bahagi ay "maayos na gumaganap ng tungkulin." Ano ang mga praktikal na paraan na magagawa mo para masiguradong ang bawat church member ay nakakatulong sa paglago ng katawan ni Cristo?*

9. *Base sa talatang ito, paano mo isasalarawan ang iyong bahagi at mga tungkulin bilang isang church member? Ano ang dapat na palaging sinisikap mong gawin sa church?*

Sa Tito 2 ay may makikita tayong halimbawa ng "pagsasalita ng katotohanan sa diwa ng pag-ibig" na iniuutos ni Pablo sa Efeso 4. Sabi ni Pablo kay Titus,

¹ Ang ituro mo naman ay ang mga bagay na naaayon sa wastong aral. ² Sabihin mo sa matatandang lalaki na sila'y maging mahinahon, marangal, mapagpigil sa sarili, at maging matatag sa pananampalataya, pag-ibig at pagtitiis. ³ Sabihin mo sa matatandang babae na sila'y mamuhay na may kabanalan, huwag maninirang-puri, huwag maglalasing kundi magturo sila ng mabuti, ⁴ upang maakay nila ang mga kabataang babae na mahalin ang kanilang mga asawa at mga anak. ⁵ Ang mga kabataang ito'y kailangan ding turuan na maging mahinahon, malinis ang isipan, masipag sa gawaing bahay, mabait, at masunurin sa kanilang asawa upang walang masabi ang sinuman laban sa salita ng Diyos nang dahil sa kanila. ⁶ Turuan mo rin ang mga kabataang lalaki na maging mapagpigil sa sarili. ⁷ Sa lahat ng paraan, maging halimbawa ka ng mabuting ugali at maging tapat ka at kagalang-galang sa iyong pagtuturo. ⁸ Nararapat na pananalita ang lagi mong gamitin upang hindi mapintasan ninuman ang mga sinasabi mo. Kaya't mapapahiya ang ating mga kalaban sapagkat wala silang masasabing masama laban sa atin. (Tito 2:1–8)

10. *Ano ang sinabi ni Pablo kay Tito na ituro sa mga matatandang babae patungkol sa kanilang pag-uugali (v. 3)? Ano ang kanilang espesyal na gawain para sa mga nakababatang babae (vv. 4–5)?*

11. *Paano magagawa ng mga babae sa inyong church ang itinuro ni Pablo?*

12. *Base sa iba pang katuruan sa Biblia, ano sa tingin mo ang sasabihin ni Pablo na ituro ng mga matatandang lalaki sa mga nakababatang lalaki? Magbigay ng ilang mga talata.*

13. *Balikan mo ang lahat ng mga talata na pinag-aralan natin sa lesson na ito. Paano mo isa-summarize o ibubuod ang mga natutunan nating paraan ng paglago sa kabanalan?*

14. *Ano ang mga praktikal na paraan para magawa mo ang pagsasabi ng katotohanan sa diwa ng pag-ibig sa ibang mga mananampalataya? Sa pasimula, isipin mo ang mga pagkakataon na meron ka na, tulad ng:*

   • Lingguhang pagtitipon ng church
   • Small groups
   • Church members na nakatira malapit sa inyo

TULUNG-TULONG SA PAGLAGO

WEEK 6
THE ENEMY OF DISCIPLESHIP
(INDWELLING SIN)

GETTING STARTED

1. *Ano ang ilan sa mga challenges na nararanasan mo sa iyong pag-lago bilang Kristiyano at pagtulong sa iba na lumago din sa pananampalataya? Paano mo kinakaharap ang mga ito?*

MAIN IDEA

Ang kasalanang nananatili pa rin sa atin ay nakakahadlang sa ating pagsunod kay Cristo, subalit mapapagtagumpayan natin ito sa biyaya ng Diyos.

DIGGING IN

Sinabi ni Pablo sa Roma 7:1–12 na kahit na mabuti ang kautusan, nagdudulot ito ng kamatayan dahil inuudyukan nito ang ating makasalanang pagkatao para suwayin ito. Mula verses 13 hanggang 25, tinalakay naman niya na kahit na tayong mga Kristiyano ay may bagong buhay sa Espiritu at wala na sa ilalim ng kasalanan, may kasalanan pa ring natitira sa atin at humahadlang sa ating pagsisikap na lumago kay Cristo.

> ¹³ Ang ibig bang sabihin nito'y nagdulot sa akin ng kamatayan ang mabuting bagay? Hinding-hindi! Ang kasalanan ang pumatay sa akin sa pamamagitan ng mabuting bagay. Nangyari ito upang maipakita kung ano nga

ang kasalanan, at upang mahayag sa pamamagitan ng Kautusan, na ang kasalanan ay talagang napakasama. [14] Alam nating ang Kautusan ay espirituwal, ngunit ako'y makalaman at alipin ng kasalanan. [15] Hindi ko maunawaan ang aking sarili. Sapagkat hindi ko ginagawa ang gusto ko, sa halip ang kinasusuklaman ko ang siya kong ginagawa. [16] Ngayon, kung ginagawa ko ang hindi ko gusto, nangangahulugang sumasang-ayon ako na mabuti nga ang Kautusan. [17] Kung gayon, hindi na ako ang may kagagawan niyon, kundi ang kasalanang naninirahan sa akin. [18] Alam kong walang mabuting bagay na naninirahan sa aking katawang makalaman. May kakayahan akong naisin ang mabuti, ngunit hindi ko nga lamang ito magawa. [19] Sapagkat hindi ko ginagawa ang mabuting gusto ko, ang masamang hindi ko gusto ang siya kong ginagawa. [20] Kung ang ginagawa ko ay hindi ko nais, hindi na ako ang gumagawa nito kundi ang kasalanang naninirahan sa akin. [21] Ito ang natuklasan ko: kapag nais kong gumawa ng mabuti, ang masama ay malapít sa akin. [22] Sa kaibuturan ng aking puso, ako'y nalulugod sa Kautusan ng Diyos. [23] Ngunit may ibang kapangyarihan sa mga bahagi ng aking katawan na salungat sa tuntunin ng aking isip; binibihag ako ng kapangyarihang ito sa kasalanang naninirahan sa aking katawan. [24] Kay saklap ng aking kalagayan! Sino ang magliligtas sa akin mula sa katawang ito na nagdadala sa akin sa kamatayan? [25] Wala nang iba pa kundi ang Diyos sa pamamagitan ni Jesu-Cristo na ating Panginoon! Salamat sa kanya! Ito nga ang kalagayan ko: sa pamamagitan ng aking isip, pinaglilingkuran ko ang Kautusan ng Diyos, ngunit sa pamamagitan ng aking katawang makalaman ay pinaglilingkuran ko ang tuntunin ng kasalanan. (Roma 7:13–25)

1. *Bakit hindi maintindihan ni Pablo ang sarili niyang mga ginagawa (v. 15)?*

2. *Ano ang naging konklusyon ni Pablo sa katotohanang ang ginagawa niya ay salungat sa gusto niyang gawin (v. 17)?*

3. *Ibig sabihin ba nito na hindi responsable o walang pananagutan si Pablo sa kanyang ginagawa? Bakit o bakit hindi?*

4. *Ano ang meron si Pablo? Ano ang wala sa kanya (v. 18)?*

5. *Ano ang natuklasan ni Pablo na isang regular at karaniwang nangyayari (v. 21)?*

6. *Paano mo isa-summarize ang struggle ni Pablo gamit ang iyong sariling mga salita?*

7. *Nararanasan mo rin ba ang ganitong struggle? Paano?*

8. *Ano ang itinuturo ng talatang ito tungkol sa kasalanan? Ganito rin ba ang karaniwang pagtingin mo sa kasalanan?*

9. *Base sa itinuturo ng talatang ito, ano ang dapat na maging attitude natin sa kasalanan? Ano ang hindi dapat?*

10. *Basahin ang Roma 8:12–13. Ano ang sinabi ni Pablo na dapat nating gawin sa kasalanang natitira sa atin? Ano ang mga paraan para magawa natin ito araw-araw?*

11. Nakita natin sa mga nakaraang lessons na lahat tayo ay tinawag para tulungan ang mga kasama nating church members na lumago kay Cristo. Gagawin natin ito sa pamamagitan ng pagtuturo ng kanyang Salita at pamumuhay nang may kabanalan na magiging halimbawa sa kanila. Ano ang mga paraan na maaaring makasira ang kasalanan sa discipleship sa church? Ano ang ilan sa mga nakasulat sa Biblia na dapat nating maging tugon kung may nagkasala laban sa atin? Pag-usapan ang mga sumusunod na talata:

- Mateo 18:15–20
- Roma 12:17–19
- Galacia 6:1–5
- Efeso 4:32
- 1 Pedro 4:8

12. Balikan ang mga talatang pinag-usapan natin. Alin sa mga ito ang pinakamahirap gawin para sa iyo? Bakit? Anu-anong mga bagay ang makatutulong sa iyo para lumago sa bahaging ito?

WEEK 7
THE END OF DISCIPLESHIP

GETTING STARTED

Ang isang marathon ay tumatagal lamang ng apat o limang oras, pero may nagsabi sa akin na ang ilang oras na iyon ay parang napakatagal kung ikaw ay nasa kalagitnaan niyon. Hindi lang iyon, pero para maging *successful* sa pagtakbo sa *marathon*, kailangan mo pang magsanay nang ilang buwan para makuha ng katawan mo ang kinakailangang tatag at lakas. Sa karera man o sa training, kailangang ituon ang paningin sa *finish line* para matapos ang isang napakahirap na gawain tulad ng isang marathon.

1. *Isipin mo ang isang matagal at mahirap na project na ginawa mo. Ano ang end goal mo o inaasahan mong mangyari pagkatapos? Paano nakaimpluwensya sa klase ng iyong pagtatrabaho ang pagnanais mong makamit ang goal na iyon?*

MAIN IDEA

Sa huli, gagawin ng Diyos na ganap ang kabanalan ng lahat ng mananampalataya. Ang tiyak na pag-asang ito ay nagpapasigla at nagpapalakas sa ating pagsisikap na lumago sa kabanalan at tumulong din sa paglago ng iba sa kasalukuyan.

DIGGING IN

Sa Colosas 1:24–26, sinabi ni Pablo na nagagalak siya sa kanyang paghihirap alang-alang sa Mabuting Balita na noon ay inilihim ngunit ngayo'y inihayag na sa mga hinirang ng Diyos. Sabi niya,

²⁴ Nagagalak ako sa aking paghihirap alang-alang sa inyo, sapagkat sa pamamagitan nito'y naipagpapatuloy ko ang paghihirap na kailangan pang gawin ni Cristo para sa iglesya na kanyang katawan. ²⁵ Ako'y naging lingkod nito nang piliin ako ng Diyos upang ipahayag sa inyo ang kanyang salita, ²⁶ ang hiwaga na sa mahabang panahon ay inilihim sa maraming sali't saling lahi, ngunit ngayo'y inihayag na sa kanyang mga hinirang. ²⁷ Niloob ng Diyos na ihayag sa kanila kung gaano kadakila ang kamanghamanghang hiwagang ito para sa mga Hentil na walang iba kundi si Cristo na nasa inyo. Siya ang ating pag-asa na tayo'y makakabahagi sa kaluwalhatian ng Diyos. ²⁸ Iyan ang dahilan kung bakit ipinapangaral namin si Cristo. Ang lahat ay aming binabalaan at tinuturuan nang may buong kaalaman upang maiharap namin sa Diyos ang bawat isa nang ganap at walang kapintasan dahil sa kanilang pakikipag-isa kay Cristo. ²⁹ Ito ang aking pinagsisikapang matupad sa pamamagitan ng kalakasang kaloob sa akin ni Cristo. (Col. 1:27–29)

1. *Ano ang hiwaga na ngayo'y inihayag na sa mga hinirang ng Diyos (v. 27)?*

2. *Sino ang ipinapangaral ni Pablo? Paano niya ipinapangaral si Cristo (v. 28)?*

3. *Ano ang layunin ni Pablo kung bakit ipinapangaral niya si Cristo (v. 28)?*

4. *Paano magsikap si Pablo para maiharap ang bawat isa nang ganap at walang kapintasan dahil sa kanilang pakikipag-isa kay Cristo (v. 29)?*

Kapag sinabi ni Pablo ang tungkol sa paghaharap sa bawat isa na ganap kay Cristo, tinutukoy niya ang araw ng paghuhukom. Sa araw na iyon ang lahat ng sumasampalataya kay Cristo ay haharap sa Diyos na ganap ang katuwiran. Hindi natin makakamit ito sa mundong ito. Napag-aralan natin sa nakaraang lesson na may kasalanang mananatili sa atin habang tayo ay nabubuhay. Pero sa huling araw, lahat tayo ay magiging ganap kay Cristo.

Gayunman hindi sinabi ni Pablo na "Huwag mo nang isipin 'yan ngayon kasi magiging ganap ka naman sa huling araw." Sa halip, kabaligtaran pa ang sinabi niya! Dahil alam niya na ang mga mananampalataya ay magiging ganap sa huling araw, nagsusumikap siya at nagtitiis ng paghihirap sa lakas na kaloob ng Diyos.

5. *Ano ang itinuturo nito tungkol sa hinihingi sa atin sa discipleship, ito man ay sa pagsisikap nating lumago kay Cristo at sa pagtulong natin sa paglago rin ng iba?*

6. *Kung tayo ay magsisikap para maiharap ang bawat isa na ganap kay Cristo, bakit parehong mahalaga ang "pagpapaalala" at "pagtuturo"? Ano ang mga bagay na dapat nating ipaalala at ituro sa isa't isa?*

Ang sinabi ni Juan sa 1 Juan 3 ay akma sa sinabi ni Pablo tungkol sa layunin at mithiin ng kanyang ministry. Sabi ni Juan,

> [1] Tingnan ninyo kung gaano kalaki ang pag-ibig sa atin ng Ama! Tinatawag tayong mga anak ng Diyos, at iyon nga ang totoo. Ang dahilan kung bakit hindi tayo nakikilala ng mga makasanlibutan ay hindi nila kinikilala ang Diyos. [2] Mga minamahal, mga anak na tayo ng Diyos ngayon, ngunit hindi pa nahahayag ang magiging kalagayan natin. Ngunit alam nating sa pagdating ni Cristo, tayo'y magiging katulad niya,

sapagkat makikita natin kung sino talaga siya. ³ Kaya't ang sinumang may ganitong pag-asa kay Cristo ay nagsisikap na maging malinis tulad niyang malinis.

7. *Ano ang ginawa ng Diyos sa atin para ipakita ang pagmamahal niya sa atin (v. 1)?*

8. *Bakit hindi tayo kilala ng sanlibutan? Bakit ito dapat maging kaaliwan at pampalakas ng loob natin (v. 1)?*

9. *Ano ang mangyayari sa atin sa pagdating ni Cristo? Bakit (v. 2)?*

10. *Ano ang ginagawa ng lahat ng may ganitong pag-asa kay Cristo (v. 3)?*

11. *Base sa talatang ito at sa nauna, paano ka tutugon sa nagsabi ng ganito, "Kung lilinisin naman tayo ng Diyos mula sa ating mga kasalanan sa huli, bakit pa natin kailangang intindihin iyon ngayon? Bakit hindi na lang tayo mamuhay kung paano natin gusto tutal gagawin naman tayong perpekto ng Diyos sa huli?"*

12. *Ano ang ilang dahilan ng panghihina ng loob sa pagiging tagasunod ni Jesus? Paano magpapalakas ng loob at magpapatibay ng pag-asa natin ang talatang ito habang tayo ay nagsusumikap sa paglago kay Cristo at sa pagtulong natin sa paglago rin ng iba?*

13. *Ano ang magagawa mo para lumago ka bilang disciple, at matulungan ang iba na lumago din, sa pamamagitan ng pamumuhay araw araw ayon sa pag-asa ng kaluwalhatian?*

TEACHER'S NOTES FOR WEEK 1

DIGGING IN

1. Sinasabi ni Pablo na hindi pa siya perpekto at hindi pa niya nakakamit ang buhay na walang hanggan kasama si Cristo (vv. 12-13).

2. Kung ito ang pagtanaw ni apostol Pablo sa kanyang sarili, dapat ay ganoon rin ang pagtingin natin sa ating mga sarili – hindi pa perpekto at kailangan pa ang patuloy na paglago bilang mga Kristiyano.

3. Sinabi ni Pablo na kaya siya nagsisikap na mas makilala pa si Cristo ay dahil tinawag siya ni Cristo at ngayon ay kabilang na siya kay Cristo (v. 12).

4. Itinuturo nito sa atin na ang basehan at motivation natin sa paglago bilang mga Kristiyano ay dahil tayo ay kay Cristo na. Nais ni Pablo na panghawakan ang pagkakilala kay Cristo dahil si Cristo na ang nagmamay-ari sa kanya. Gusto nating mas makilala si Cristo dahil siya ang nagligtas sa atin. Nilalabanan natin ang kasalanan dahil pinatawad na niya tayo sa mga ito. Ang ginawa ni Cristo ang dahilan kung bakit tayo nagsisikap na mamuhay nang may kabanalan.

5. Sinabi ni Pablo na ang isang bagay na ginagawa niya ay "nililimot ko ang nakaraan at sinisikap na marating ang layuning nais kong makamtan, nagpupunyagi ako patungo sa hangganan upang makamtan ang gantimpala ng pagkatawag sa akin ng Diyos sa pamamagitan ni Cristo Jesus, ang buhay na nasa langit" (Fil. 3:13–14).

6. Sa verses 13–14, ginamit ni Pablo ang larawan ng isang manlalaro o atleta na kasali sa karera o takbuhan. Ipinapakita nito sa atin na katulad ng mga atleta na itinutuon ang buong lakas para manalo, ganoon din ang kailangan nating gawin para lumago bilang mga Kristiyano. Kailangan ang disiplina, kaseryosohan at pagsisikap na makasunod kay Cristo.

7. Sa verse 17, sinabi ni Pablo na tularan natin siya at lahat ng sumusunod sa kanyang halimbawa. Ibig sabihin nito ay dapat nating gayahin ang mga Kristiyanong namumuhay nang tapat sa Salita ng Diyos. Tinukoy din ng Bibliya na tularan natin ang mga namumuno sa ating mga churches (Heb. 13:7).

8. Ang utos na ito ni Pablo ay nagpapakita sa atin na tayo ay lalago sa pamamagitan ng pagtulad sa halimbawa ng iba. Dapat nating tularan ang makadiyos na pamumuhay ng ibang Kristiyano. Magagawa natin ito sa pamamagitan ng pagmamasid sa kanilang pamumuhay, pagkakaroon ng ugnayan sa kanila at pagtulad sa kanilang pagsunod kay Jesus.

9. Sinabi rin ni Pablo na maraming false teachers na nagpapalaganap ng kasalanan sa pamamagitan ng kanilang katuruan at pamumuhay (vv. 18-19). Ang mga ito ay banta at maaaring maging balakid sa pasunod sa mabuting halimbawa niya at ng iba. Dahil sa mga bantang ito, higit na mahalaga na tumulad tayo sa mga makadiyos na halimbawa. Mahirap labanan ang mga false teachers sa ating sarili lang. Kailangan natin ang mabuting halimbawa ng mga matatagal nang Kristiyano para magpatuloy tayo sa ating pananampalataya at hindi matangay ng mga false teachers.

10. Sa verses 20 hanggang 21, sinabi ni Pablo na ang mga Kristiyano ay:

    •   Mamamayan ng langit (v. 20)
    •   Sabik na naghihintay sa pagbabalik ng Panginoong Jesu-

Cristo, ang ating Tagapagligtas (v. 20)

- Babaguhin ni Cristo sa kanyang pagbabalik kaya ang ating mga katawan ay magiging maluwalhati katulad ng kay Cristo (v. 21)

Bilang mga mamamayan ng langit, may nakahandang eternal inheritance para sa atin. Kaya naman dapat tayong mamuhay na pinananabikan ang katotohanang iyon. Sa pagbabalik ni Cristo, itatama niya ang lahat ng mali at makakabahagi tayo sa kanyang maluwalhati at pangwalang-hanggang kaharian. Dahil ang ating kaligtasan ay magiging ganap, dapat tayong magtiwala sa mabuting ginagawa ng Diyos sa ating mga buhay ngayon. Lahat ng aspetong ito ng ating pag-asa sa hinaharap ay dapat na magtulak sa atin na labanan ang kasalanan at magsikap na mamuhay nang may kabanalan sa kasalukuyan.

11-12. Maaaring iba-iba ang sagot.

13. Ang taong tunay na may takot sa Diyos at hindi sa ibang tao ay mapagpakumbaba. Paminsan-minsan ay ipapakilala niya ang kaniyang sarili bilang halimbawang dapat tularan, kahit pa sa tingin ng iba ito ay kayabangan.

14-15. Maaaring iba-iba ang sagot.

TEACHER'S NOTES FOR WEEK 2

DIGGING IN

1. Base sa nakita natin sa mga talatang ito, ang pagsunod kay Jesus ay nangangahulugang:

    - Pagsunod kay Jesus (Mateo 4:19–20)
    - Pagtatakwil sa sarili (Mateo 16:24)
    - Pagpasan ng sariling krus; iyon ay pagiging handang sumunod kay Jesus hanggang kamatayan (Mateo 16:24)
    - Paglilingkod kay Jesus (Juan 12:25–26)

2. Ang pagsunod kay Jesus ay hindi nangangahulugang dapat nating iwanan ang ating mga trabaho at ibang mga responsibilidad gaya ng mga unang disciples (1 Cor. 7:17–24). Katunayan, ang pagsunod kay Jesus ay nangangahulugang dapat tayong maging *responsible* at tapat sa anumang *calling* at *responsibilities* na ibinigay sa atin ng Panginoon (tingnan ang Colosas 3:18–4:1 bilang halimbawa).

3. Ayon sa mga talatang ito, lubhang napakahirap ng pagsunod kay Jesus. Dapat nating itakwil ang ating mga sarili, sumunod sa kanya kahit gaano kahirap, at maging handing ibigay maging ang ating buhay para sa kanya. Ganoon pa man, ang biyaya ng Diyos ang magbibigay sa atin ng kakayahang sumunod kay Jesus at nagpapanumbalik sa atin kapag tayo ay mabigo.

4. Sabi ni Jesus na lahat ng kapangyarihan sa langit at sa lupa ay ibinigay na sa kanya (v. 18). Hinihingi nito ang pagpapasakop

natin sa kanya at pagsunod sa lahat ng kanyang itinuturo.

5. Iniutos ni Jesus sa kanyang disciples na humayo at gumawa ng marami pang tagasunod niya. Dapat nilang gawin ito sa pamamagitan ng:

- Pagbabautismo sa mga taong nagsisisi sa kanilang mga kasalanan at nagtitiwala kay Cristo. Ang bautismo ay simbolo ng pakikipag-isa kay Jesus sa kanyang kamatayan at muling pagkabuhay at pagpapahayag din ng mabuting balitang ito.
- Pagtuturo sa kanila na sumunod sa lahat ng iniutos ni Jesus (vv. 19–20).

6. Ang talatang ito ay para din sa mga mananampalataya ngayon, hindi lamang sa unang 11 *disciples*. Ang pinakamatibay na dahilan nito ay ang utos sa mga disciples na turuan ang mga bagong *disciples* na sumunod sa lahat ng iniutos ni Jesus, kasama na ang utos na ito na tulungan ang ibang maging tagasunod din ni Jesus! Kaya isa sa mga dapat gawin ng lahat ng *disciples* ni Jesus ay sikaping tulungan ang ibang maging tagasunod din ni Jesus.

7. Ang *encouragement* o pampapalakas ng loob na ibinigay ni Jesus ay ang pangako na siya ay makakasama natin hanggang sa katapusan ng panahon (v. 20).

8. Maaaring magkakaiba ang sagot.

9. Maaaring magkakaiba ang sagot, pero ang pangunahing katotohanan ay ang talatang ito ay para sa ating lahat – hindi lang para sa mga nasa full-time ministry o nagmimisyon sa ibang kultura. Lahat tayo ay tinawag na maging *disciples*, kaya lahat tayo ay tinawag na ibahagi ang ebanghelyo at tulungan ang iba na maging matatag sa kanilang pananampalataya.

10–11. Maaaring magkakaiba ang sagot.

TEACHER'S NOTES FOR WEEK 3

DIGGING IN

1. Sa verse 1 iniutos ni Pablo na ituon natin ang ating isip sa mga bagay na makalangit. Ang ating pagkabuhay kasama si Cristo ang basehan ng utos na ito. Ito rin ay isang motibo sa ating paglago sa pagsunod sa Diyos.

2. Personal na sagot ang hinihingi ng tanong na ito. Maaaring sabihin nila ang tulad nito, "Nagpapasigla ito sa paglago ko bilang Kristiyano dahil pinapaalala nito na ang Diyos ay makapangyarihang kumikilos sa aking buhay. Ipinapaalala nito na ako ay spiritually dead noon pero ngayon ay buhay na sa Diyos. Mahal ko ang kanyang Salita. Gusto ko siyang sundin. Ako ay may bagong pagkatao. At ipinapaalala nito na ang kapangyarihang bumuhay kay Jesus mula sa mga patay ang siya ring kapangyarihang kumikilos sa akin ngayon."

3. Malaki ang kaibahan ng pagsunod kay Cristo na ang motivation ay ang katotohanang tayo ay patay na sa kasalanan at binuhay na kasama si Cristo sa *"just do it"* approach sa *discipleship* (o pagsunod dahil lang sa obligasyon o responsibilidad). Ang naunang motivation ay nakatuon sa kung ano ang ginawa ng Diyos para sa atin, at sa atin dahil tayo'y na kay Cristo na. Ang pagtulad sa ipinakitang motivation ni Pablo sa talatang ito ay nangangahulugang inaalala natin ang biyaya ng Diyos sa *gospel* para sa ating patuloy na paglago bilang mga *disciples*. Ibig sabihin nito na ang ating mga pagsisikap ay tugon na puno ng pasasalamat at pagtitiwala sa biyaya ng Di-

yos. Ito rin ay pag-alala na ang kapangyarihan ng Diyos ang kumikilos sa atin, hindi lamang ang sarili nating lakas – at ito ay napakalaking *encouragement* sa atin upang patuloy na magsikap na lumago.

4. Sa verse 2 iniutos ni Pablo na isaisip natin ang mga bagay na panlangit, katulad ng iniutos niya sa verse 1. Ang basehan ng utos na ito ni Pablo ay ang ating pagkamatay sa kapangyarihan ng kasalanan noong tayo ay sumampalataya kay Cristo; ang ating buhay ay natatago sa Diyos kasama ni Cristo; at tayo'y makakahati sa kanyang karangalan sa pagbabalik ni Cristo.

5. Maaaring magkakaiba ang mga sagot, pero ito ang ilang halimbawa:

- Dahil ako'y namatay na sa kasalanan, wala nang kapangyarihan ang kasalanan sa akin. Dahil ako'y buhay na kay Cristo, may kakayanan na akong sumunod sa Diyos.

- Dahil ako'y namatay na, ako'y may bagong pagkatao na kay Cristo. Wala na ako sa kasalanan at sa luma kong pamumuhay. Hindi na ako ang dating ako. Kaya dapat akong mamuhay ayon sa bago kong pagkatao.

- Dahil namatay na ako sa sanlibutan, wala na ako sa ilalim ng kapangyarihan nito. Hindi ko kailangang hanapin ang approval ng mundo o katakutan ang rejection nito. Si Cristo ang aking Panginoon, at dapat akong magpasakop sa kanya.

6. Maaaring magkakaiba ang mga sagot, pero ito ang punto: na ang ating pag-asang makahati sa karangalan ni Cristo ay tiyak at sigurado at makakatulong sa ating makayanan ang mga pagsubok at paghihirap na ating nararanasan. Ipinapaalala nito na may katapusan ang pakikipaglaban sa kasalanan. Nagpapasigla ito sa atin dahil magkakaroon tayo ng kagalakang walang katapusan kasama si Cristo. At lahat ng ito ay nagtu-

tulak sa ating pagsumikapang mamuhay na ngayon katulad ng magiging buhay natin sa eternity.

7. Sa verse 5, iniutos ni Pablo na patayin lahat ng mga makamundong pagnanasa tulad ng pakikiapid, karumihan, mahalay na simbuyo ng damdamin, masamamang pagnanasa, at ang kasakiman na isang uri ng pagsamba sa diyus-diyosan. Kailangan ang palagiang pakikipaglaban natin sa mga gawa at pagnanasang ito para mapatay. Hindi natin dapat alagaan o palakasin ang mga ito. Hindi natin dapat pinagbibigyan at kinasisiyahan ang mga ito. Sa halip, ginagawa natin ang lahat para tuluyang mawala ang mga ito. Hinihingi natin ang tulong ng Diyos para mapagtagumpayan ang mga ito. Ipinapahayag natin sa Diyos at sa ibang Kristiyano, at hinihingi natin ang tulong ng iba para mapagtagumpayan ang mga ito.

8. Sa verse 6, sinabi ni Pablo na tatanggap ng parusa ng Diyos ang mga tao. Bakit? Dahil sa mga kasalanang sinabi niya sa verse 5 ("Dahil sa mga ito").

9. Sa verse 8, iniutos ni Pablo na "itakwil" ang lahat ng galit, poot, panlalait, at malaswang pananalita. Sa verse 9, sinabi niyang huwag kayong magsisinungaling sa isa't isa. At ang dahilang ibinigay niya sa mga utos na ito sa verses 9 at 10 ay dahil hinubad na natin ang ating dating pagkatao, at isinuot na natin ang ating bagong pagkatao na patuloy na nababago at nagiging kalarawan ng Diyos na lumikha sa atin. Tinutukoy ni Pablo ang ating conversion, kung kailan inalis na ang ating luma at makasalanang pagkatao na buhay sa Diyos at pinananahanan ng Espiritu.

10. Sa verses 12–13, sinabi ni Pablo na mahal tayo ng Diyos, hinirang niya, pinaging-banal niya, at pinatawad sa mga kasalanan. Dahil sa mga ito, sinabi ni Pablo na tayo'y maging mahabagin, mabait, mapagpakumbaba, mahinahon, at mapagtiis, at magpasensya at mapagpatawad sa isa't isa.

11. Maaaring magkakaiba ang mga sagot.

12. Maaaring magkakaiba ang mga sagot, pero kasama ang mga ito:

- Pag-aralan ang mga ito sa Bibliya
- Pagbulayan ang mga ito sa Bibliya
- Ipanalangin ang mga ito at isabuhay; gamitin sa pakiki-paglaban sa kasalanan
- Personal na ipaalala sa iba ang mga katotohanang ito sa Bibliya para mapalakas sila
- Atbp.

13. Maaring magkakaiba ang mga sagot, pero ito ang ilan sa mga maling motivations sa discipleship:

- Para makamit ang kaligtasan. Tayo ay naligtas dahil lamang sa biyaya ng Diyos, sa pamamagitan lamang ng pananampalataya kay Cristo. Si Jesus ang nagbayad para tayo ay maligtas.
- Para makamit ang pagmamahal at pagtanggap ng Diyos. Mahal na tayo ng Diyos kung tayo'y mga Kristiyano. Pinili na niya tayo (vv. 12-13). Tinanggap na niya tayo dahil kay Cristo. Sumusunod tayo sa Diyos dahil tayo ay minamahal at tinatanggap niya, hindi para makamit natin ang mga ito.
- Para mapagbigyan o mapahanga ang ibang tao. Ang pagtingin ng Diyos ang dapat na pinakamahalaga sa atin. Dapat nating kamuhian ang kasalanan dahil nasusuklam siya dito (v. 6) at iniibig natin ang katuwiran dahil iniibig natin ang Diyos na matuwid. Hindi tayo dapat magsikap na lumago sa kabanalan para magmukhang banal sa tingin ng mga tao kundi para maging tunay na matuwid sa harapan ng Diyos.

14. Maaaring magkakaiba ang mga sagot.

TEACHER'S NOTES FOR WEEK 4

DIGGING IN

1. Ang nakikitang mali ni Pablo sa kasabihang "Malaya akong gumawa ng anuman" (vv. 23-24) ay ito: hindi lahat ng bagay ay makakatulong at makakabuti sa iba. Kaya sa halip na isipin ang pansariling kalayaan, dapat nating isaalang-alang ang makakabuti sa ating kapwa at kung ano ang makakatulong sa kanya. Ipinapakita nito na bilang isang Kristiyano, pangunahing pinahahalagahan ni Pablo ay kung ano ang makakapagpatatag sa kanyang kapwa.

2. Sinabihan ni Pablo ang mga taga-Corinto na iwasan nilang gawin kung ano ang makakagulo sa budhi ng iba para hindi sila maging sanhi ng pagkakasala (v. 29). Ito ay nagpapakita ng ugali na handang magsakripisyo para sa ikabubuti ng iba dahil itinuturing nitong mas mahalaga ang kapwa.

3. Ayon kay Pablo, sinisikap niyang mabigyang kasiyahan ang lahat ng tao para maligtas sila (v. 33).

4. Sa 1 Corinto 11:1, sinabi ni Pablo na tularan natin siya gaya ng pagtulad niya kay Cristo.

5. Maaaring iba-iba ang sagot. Para sa iba, mayabang ang isang Kristiyano na magsasabing gayahin siya. Kung iyon ang maging sagot, pwedeng sabihin na ang utos ni Pablo ay tularan siya sa pagsunod lamang niya kay Cristo. Hindi tayo dapat gumaya sa isang Kristiyano sa lahat ng aspeto, dahil lahat tayo ay natitisod (San. 3:2). Si Jesus ang ating ultimate *standard*, *model*, at *example*, at lahat tao ay gagaya sa ibang Kristiyano sa kanilang pagsu-

nod lamang kay Cristo. Pangalawa, ang pagpapakita ng godly example ay hindi kayabangan dahil bilang mga Kristiyano, kinikilala natin na anumang mabuting nasa atin ay galing sa Diyos at hindi sa ating sarili (1 Cor. 4:7). Panghuli, malinaw sa talatang ito na ang nais ni Pablo ay hindi pansariling hangarin. Sa halip, ang nais niya ay gawin kung ano ang makabubuti sa iba para maging matatag sila kay Cristo.

6. Ang halimbawa ng isang tao ay may special impact sa atin kaya bukod sa sulat niya na nagbibigay ng katuruan, sinabi rin ni Pablo na gayahin ang kanyang pamumuhay. Totoo ito maging mabuti o masamang halimbawa man (1 Cor. 15:33)! Kahit na iniisip natin ang ating mga magulang, ang isang guro, pastor, kaibigan o mentor, alam natin na ang halimbawa ng ibang tao ay may malalim na tatak sa ating mga puso at isip. Kapag nakita mo ang isang taong ipinapamuhay ang katotohanan, nahahamon at napapalakas kang gawin din iyon. Bukod pa rito, kapag nakita mo ang isang tao na ipinapamuhay ang katotohanan ng *gospel* sa lahat ng aspeto ng buhay, nagkakaroon ka ng karunungan kung paano mamuhay bilang isang Kristiyano.

7. Sinunod ni Timoteo ang pamumuhay ni Pablo kasama na ang kanyang turo, ugali, layunin sa buhay, pananampalataya, pagtitiyaga, pag-ibig at katapatan, at mga pag-uusig na kanyang tiniis at naranasan ang pagliligtas ng Diyos (vv. 10-11). Makakatulong ito sa kanyang labanan ang mga halimbawang hindi maka-diyos dahil malinaw niyang nakikita ang *godly character* ni Pablo. Dahil personal niyang nakita at nalaman ang paraan ng pamumuhay ni Pablo, mas madali niyang matutularan si Pablo.

8. Sinabi ni Pablo na

• Ang lahat ng nagnanais mamuhay ng matuwid bilang

tagasunod ni Cristo Jesus ay daranas ng mga pag-uusig (v. 12).

- Ang masasama at manlilinlang ay lalong magpapakasama, patuloy na manlilinlang at sila man ay malilinlang din (v. 13).

9. Dahil dito, sinabi ni Pablo kay Timoteo na magpatuloy sa kanyang natutunan at pinaniniwalaan dahil alam niya kung sino ang nagturo nito sa kanya, at dahil alam niya ang Banal na Kasulatan (vv. 14-15). Mahalagang alalahanin ni Timoteo ang taong nagturo sa kanya ng matibay niyang pinaniniwalaan dahil ang halimbawa ng katapatan ni Pablo sa kabila ng mga pag-uusig ay makakatulong sa kanyang maging matapat din.

10–13. Maaaring magkakaiba ang sagot.

TEACHER'S NOTES FOR WEEK 5

DIGGING IN

1. Iba-iba ang magiging sagot. Inaasahang kikilalanin ng lahat ng kasali sa grupo na ang lahat ng mga Kristiyano, at hindi lang ang sinulatan ni Pablo sa church sa Rome, ay maaaring magturo sa isa't isa dahil nasa atin ang Espiritu ng Diyos.

2. Ipinakita ni Pablo sa mga taga-Roma na may kumpiyansa siya na kaya nilang magturo sa isa't isa:

   • Para ipaalala sa kanila na kahit na mahigpit ang pagpapaalala niya sa kanila, hindi ito dahil sa tingin niya ay kulang sila sa kaalaman o kakayahan
   • Para sila ay gisingin at himukin na gawin nga iyon!
   • Sa madaling salita, pinaalala sa kanila ni Pablo na may tiwala siyang kaya nilang magturo sa isa't isa dahil inaasahan niyang ang lahat sa church ay magtuturo sa isa't isa.

3. Maaaring magkakaiba ang sagot.

4. Ayon sa talatang ito, ang responsibilidad ng pastor ay para sanayin ang lahat ng mananampalataya para sa ministry (vv. 11-12). Iba ito sa karaniwang pag-iisip na ang mga pastor ang gagawa ng ministry habang ang lahat ay makikinig lang sa mga itinuturo nila. Sinasabi ni Pablo na ang layunin ng isang pastor ay para sanayin tayong lahat na gumawa para sa ikatatatag ng katawan ni Cristo.

5. Sabi ni Pablo na tayong lahat, o ang bawat mananampalataya kay Cristo, ay dapat magsikap para sa pagkakaisa ng pana-

nampalataya at sa pagiging ganap kay Cristo (v. 13).

6. Ayon sa verse 15, tayo'y magiging lubos na katulad ni Cristo sa pamamagitan ng pagsasalita ng katotohanan sa diwa ng pag-ibig.

7. Base sa buong talata, tinutukoy ni Pablo ang lahat ng mananampalataya sa utos na "pagsasalita ng katotohanan sa diwa ng pag-ibig." Ang bawat isa sa atin ay inuutusan na magsalita ng katotohanan sa ating kapwa church member para lahat tayo ay lumago kay Cristo.

8. Maaaring magkakaiba ang sagot.

9. Itinuturo nito na dapat sikapin ng bawat church member ang makatulong sa paglago sa kabanalan ng kapatiran sa pamamagitan ng pagtuturo ng salita ng Diyos sa iba at pagsasabuhay nito. Para sa marami sa atin, mangyayari ito sa ating mga personal na ugnayan o sa mga small groups. Para sa iba, ang pagtuturo ay mangyayari sa mas malaking grupo at pagtitipon. Anuman ang pagkakataon, ang mahalaga ay tumulong tayo sa paglago ng ibang mananampalataya sa pamamagitan ng pagsasalita ng katotohanan sa diwa ng pag-ibig sa isa't isa.

10. Sinabi ni Pablo kay Tito na turuan ang mga nakatatandang babae na mamuhay nang may kabanalan, huwag maninirang puri, at huwag malululong sa alak (v. 3). Binigyan rin niya sila ng espesyal na tungkulin na ituro sa mga kabataang babae ang "mabuti, upang maakay sila na mahalin ang kanilang mga asawa at mga anak, maging makatuwiran, malinis ang isipan, masipag sa gawaing bahay, mabait, at masunurin sa kanilang asawa upang walang masabi ang sinuman laban sa salita ng Diyos ng dahil sa kanila" (vv. 4-5).

11. Maaring magkakaiba ang sagot.

12. Maaaring magkakaiba ang sagot pero dapat kasama ang mga ito:

- Dapat mahalin ng mga lalaking may asawa ang kanilang asawa gaya ng pagmamahal ni Cristo sa iglesya (Efe. 5:25–32).
- Dapat nilang palakihin ang kanilang mga anak ayon sa disiplina at aral ng Panginoon (Efe. 6:4) at huwag silang pagagalitan ng labis at baka masiraan sila ng loob (Col. 3:21).
- Dapat silang magtrabaho para maibigay ang pangangailangan ng kanilang pamilya (1 Tim. 5:8).

13. Ganito ang isang magandang buod ng katuruan ng mga talatang ito tungkol sa paraan ng paglago sa kabanalan: Lalago tayo sa kabanalan sa pamamagitan ng pagtuturo at pakikinig sa turo ng kapwa mananampalataya. Dapat ay patuloy tayo sa pagtuturo ng Salita ng Diyos sa isa't isa upang lahat tayo ay lumago sa kabanalan.

14. Maaaring magkakaiba ang sagot.

TEACHER'S NOTES FOR WEEK 6

DIGGING IN

1. Hindi nauunawaan ni Pablo ang sarili niyang ginagawa dahil salungat ito sa gusto niyang gawin – ito ay ang pagsunod sa Salita ng Diyos. Sa halip, ang ginagawa niya ay kung ano ang ayaw niyang gawin at iyon ay ang kasalanan (v. 15).

2. Ito ang naging konklusyon ni Pablo sa paggawa niya ng salungat sa gusto niyang gawin – hindi siya ang gumagawa niyon kundi ang kasalanang nananatili sa kanya (v. 17).

3. Hindi ito nangangahulugan na wala nang responsibilidad si Pablo sa kanyang mga ginagawa. Sa pagsasabing hindi siya ang gumagawa kundi ang kasalanang nananatili sa kanya, hindi sinasabi ni Pablo na wala na siyang pananagutan sa kanyang mga ginagawa. Siya pa rin ang gumagawa noon. Malinaw ring sinabi ni Pablo na ang lahat ng mananampalataya ay mananagot sa Diyos (Roma 14:10-12). Ipinaliwanag niya sa talatang ito na ang kasalanang nananatili sa kanya ay isang aktibong pwersa na sumasalungat at humahadlang sa mga gustong gawin ng bago niyang pagkatao na maka-Diyos at pinananahanan ng Espiritu.

4. May pagnanais si Pablo na gawin ang mabuti pero kulang ang kanyang kakayanan na isakatuparan ito (v. 18).

5. Nakita ni Pablo na sa tuwing gusto niyang gumawa ng mabuti, may ibang kapangyarihang nakakaimpluwensya sa kanya na gumawa ng masama (v. 21).

6. Ganito ang magandang buod ng talatang ito: Dahil siya ay binigyan ng bagong buhay at pagkatao ng Diyos sa pamamagitan ng Banal na Espiritu, nais ni Pablo na bigyang-lugod ang Diyos sa lahat ng oras. Pero dahil nananatili pa rin ang kasalanan sa kanya, madalas niyang hindi nagagawa ang mabuting gusto niyang gawin. Sa halip ay ang masamang kinamumuhian niya ang kanyang ginagawa. Kaya nga nakita ni Pablo na ang kasalanan ay malakas, aktibo at mapanirang kaaway na nananahan sa kanya, na sinusubukan siyang gawing alipin muli ng kasamaan. Ito ay nag-udyok sa kanya na tumawag kay Jesu-Cristo para siya ay mapalaya. At may tiwala siyang mapapalaya siya ni Cristo mula sa kasalanan.

7. Maaaring magkakaiba ang sagot, pero ang bawat Kristiyano ay makaka-relate sa struggle na ito dahil ang lahat ng tunay na Kristiyano ay binigyan ng bagong pagkatao ng Diyos na nasisiyahan sa pagsunod sa kanya, bagamat meron pang kasalanang naninirahan sa ating lahat na siyang nag-uudyok sa atin na gumawa ng masama.

8. Itinuturo ng talatang ito na ang kasalanan ay aktibo at makapangyarihang pwersa na nananatili pa rin sa ating mga mananampalataya. Kadalasang iniisip natin na ang kasalanan ay tungkol lamang sa mga mali nating ginawa. Ang talatang ito ay nagtuturo sa ating siyasatin ang mas malalim na reyalidad nito at kilalanin na ang kasalanan ay isang kaaway na naninirahan sa atin at dapat nating labanan nang buong lakas.

9. Base sa itinuturo ng talatang ito, dapat tayong maging aktibo, alerto at laging handang labanan ang kasalanan. Dapat nating kilalanin na ang kasalanan ay aalipin sa ating mga pagnanais, at dapat tayong maging mapagbantay laban dito. Kabilang sa maling pananaw at ugali tungkol sa kasalanan ang pagiging kampante, walang pakialam, pagbibigay-hilig, pagmamaliit nito at ng panganib nito, at marami pa.

10. Sa Roma 8:12-13, sinabi ni Pablo na patayin natin ang kasa-lanang nananatili sa atin sa pamamagitan ng Espiritu. Ito ang ilang mga paraan para magawa natin ito araw-araw:

- Pagtatapat ng ating mga kasalanan sa Diyos at paghingi ng tawad
- Pagtatapat sa Diyos na kinamumuhian natin ang ating kasalanan at paghingi ng kanyang tulong para mapagta-gumpayan ito
- Pagbabasa, pag-aaral, pagbubulay, at pagsasaulo ng Biblia, upang ito ay bumaon sa ating mga puso at isipan
- Regular at buong pusong pakikilahok sa sama-samang pag-samba upang ang ating puso at isipan ay mahubog ng ating pagsamba sa Diyos, pananalangin kasama ang mga anak ng Diyos, at pakikinig sa pangangaral ng Salita ng Diyos
- Paghingi ng payo at pagiging accountable sa kapwa mana-nampalataya
- Pagtatapat ng mga kasalanan sa mga kaibigang pinagka-katiwalaan at paghingi ng tulong para mapagtagumpayan ang mga ito
- At marami pa...

11. Maraming paraan na ang kasalanan ay maaaring makasira sa discipleship sa church, kasama dito ang:

- Pagiging sanhi ng pagkakatisod ng iba
- Hindi sadyang maging dahilan para panghinaan ng loob ang iba dahil sa hindi maingat na pagsasalita
- Pagkasira ng pagkakaisa ng church
- At marami pa...

Ang ilan sa mga tamang tugon sa pagkakasala ng iba na nakasulat sa Biblia ang mga sumusunod:

- Sarilinang pakikipag-usap sa taong nagkasala sa atin para pagsisihan niya ang kanyang nagawa (Mat. 18:15-20).
- Pagsasama ng isa o dalawang sasaksi sa inyong mapaguusapan kung hindi pa magsisisi agad (Mat. 18:15-20). Paglalahad ng isyu sa buong church kung wala pa ring pagsisisi (Mat. 18:15-20). Kung may nagkasala sa atin, huwag gantihan o gawan ng masama, sa halip ay daigin ng mabuti ang masama (Rom. 12:17-19). Kung may makagawa ng kasalanan ay tulungan siyang makabalik sa tamang daan sa malumanay na paraan (Gal. 6:1-5).
- Patawarin ang iba katulad ng pagpapatawad ng Diyos sa atin (Efe. 4:32).
- Pawiin ang kasalanan sa pamamagitan ng pag-ibig (1 Ped. 4:8). Sa halip na gantihan ang pagkakasala sa atin, dapat natin itong takpan katulad ng pagpatay sa apoy gamit ang basang kumot.

12.   Maaaring magkakaiba ang sagot.

TEACHER'S NOTES FOR WEEK 7

DIGGING IN

1. Ang hiwaga na ngayon ay nahayag na sa mga mananampalataya ay "si Cristo na nasa inyo. Siya ang ating pag-asa na tayo'y makakabahagi sa kaluwalhatian ng Diyos" (Col. 1:27). Ang kamatayan at muling pagkabuhay ni Cristo ay may dulot na bagong realidad sa ating mga mananampalataya – ang realidad na dati ay anino lamang noong panahon ng Lumang Tipan. Si Cristo ngayon ay nananahan sa atin, isang patikim ng kaluwalhatian na tiyak na naghihintay sa atin.

2. Ipinapangaral ni Pablo si Cristo (v.28). Ginagawa niya ang pangangaral na ito sa pamamagitan ng pagpapaalala at pagtuturo nang may buong kaalaman (v. 28).

3. Ipinapangaral ni Pablo si Cristo, pinapaalalahanan at tinuturuan nang may buong kaalaman upang maiharap sa Diyos ang bawat mananampalataya ng ganap at walang kapintasan dahil sa kanilang pakikipag-isa kay Cristo (v. 28). Nagsisikap si Pablo na akayin ang mga mananampalataya sa pagiging ganap kay Cristo bilang paghahanda sa huling araw, kung kailan tatapusin ng Diyos ang pagpapabanal na sinimulan niya sa buhay na ito.

4. Upang iharap ang bawat isa na ganap kay Cristo, sinabi ni Pablo na siya ay nagsisikap sa pamamagitan ng kapangyarihang kaloob sa kanya ni Cristo (v. 29). Samakatuwid, nagtatrabaho siya ng buong pagtitiyaga sa abot ng kanyang makakaya.

Para kay Pablo, kailangan niyang ibigay ang lahat ng kanyang makakaya upang matulungan ang ibang Kristiyano na lumago sa pagsunod kay Cristo – at handa siyang ibigay ang kanyang sarili para sa gawaing ito.

5. Itinuturo nito na ang discipleship ay nangangailangan ng patuloy, matiyaga at masigasig na pagsusumikap. Hindi ito madali! Walang sinuman sa atin ang automatic na naging banal. Kailangan nito ang patuloy na pagtitiyaga sa biyaya ng Diyos para mapaglabanan ang kasalanan at lumago sa kabanalan. At kailangan din ng biyaya ng Diyos para matulungan natin ang iba na gawin din ito.

6. Kung tayo ay gagawa para maiharap ang bawat isa na ganap kay Cristo, mahalaga ang pagpapaalala dahil ang kasalanan ay isang mapanganib na kaaway na nananatili pa rin sa atin at gumagawa para tayo ay gawing alipin ng kasamaan. Sabi sa aklat ng Hebreo na ang kasalanan ay madaya at maaaring magdulot na mawalan tayo ng pananampalataya at tumalikod sa Diyos na buhay (Heb. 3:12-13). Kaya nga kailangan natin ang paalala tungkol sa kapangyarihan ng kasalanan, ang pandaraya at paninirang maidudulot nito. At ang pagtuturo ay mahalaga dahil ang personal na pagbabago ay mangyayari habang binabago ng Salita ng Diyos ang ating mga pag-iisip (Rom. 12:1-2). Maraming magagandang sagot tungkol sa mga bagay na dapat nating ipaalala at ituro sa isa't isa.

7. Ang ginawa ng Diyos para ipakita ang kanyang pag-ibig sa atin ay ginawa niya tayong kanyang mga anak (v. 1).

8. Hindi tayo kilala ng mundo dahil hindi rin nito kilala si Jesus (v. 2). Ibig sabihin ay hindi nito kinilala at tinanggap siya bilang Anak ng Diyos. Dapat itong maging comfort at encouragement sa atin dahil kapag naranasan natin ang rejection at pag-uusig, alam natin na ganun din ang ginawa nila kay Jesus, at dapat nating asahan ang parehong pagtrato na ginawa nila

kay Jesus. Unang naranasan ito ni Jesus bago pa tayo, at siya ay maawaing helper at comforter sa atin kapag dumaan tayo sa mga pagsubok.

9. Kapag nahayag na si Cristo, magiging katulad na niya tayo dahil makikita na natin siya ng mukhaan (v. 2). Hindi ibig sabihin nito na tayo ay magiging Diyos din tulad niya, kundi magiging ganap na ang ating kabanalan katulad niya.

10. Lahat ng umaasa kay Cristo ay nagsisikap na maging malinis ang pamumuhay tulad ni Cristo (v. 3).

11. Base sa talatang ito, ang naaangkop na sagot ay tulad nito, "Bilang mga Kristiyano, tayo ay itinuring na matuwid sa paningin ng Diyos sa pamamagitan lamang ng pananampalataya na nagiging dahilan ng pagsisikap nating mamuhay sa katuwiran, dahil alam na nating tayo ay pinawalang-sala na ng Diyos. Gayundin, ang katiyakan na tayo ay magiging ganap pagdating ng araw ay nagpapasigla sa ating pagsisikap na lumago sa kabanalan. Hindi lang iyon, alam natin na ang mga nagsisikap lamang na mamuhay sa kabanalan ang maluluwalhati sa huling araw (1 Cor. 6:9-11)."

12–13. Maaaring magkakaiba ang mga sagot.

PERSONAL NOTES

PERSONAL NOTES

PERSONAL NOTES

PERSONAL NOTES

IX 9Marks

Building Healthy Churches

IS YOUR CHURCH HEALTHY?

9Marks exists to equip church leaders with a biblical vision and practical resources for displaying God's glory to the nations through healthy churches.

To that end, we want to help churches grow in nine marks of health that are often overlooked:
1. Expositional Preaching
2. Gospel Doctrine
3. A Biblical Understanding of Conversion and Evangelism
4. Biblical Church Membership
5. Biblical Church Discipline
6. A Biblical Concern for Discipleship and Growth
7. Biblical Church Leadership
8. A Biblical Understanding of the Practice of Prayer
9. A Biblical Understanding and Practice of Missions

At 9Marks, we write articles, books, book reviews, and an online journal. We host conferences, record interviews and produce other resources to equip churches to display God's glory.

Visit our website to find content in 40+ languages and sign up to receive our free online journal. See a complete list of our other language websites here:
9marks.org/about/international-efforts

9marks.org

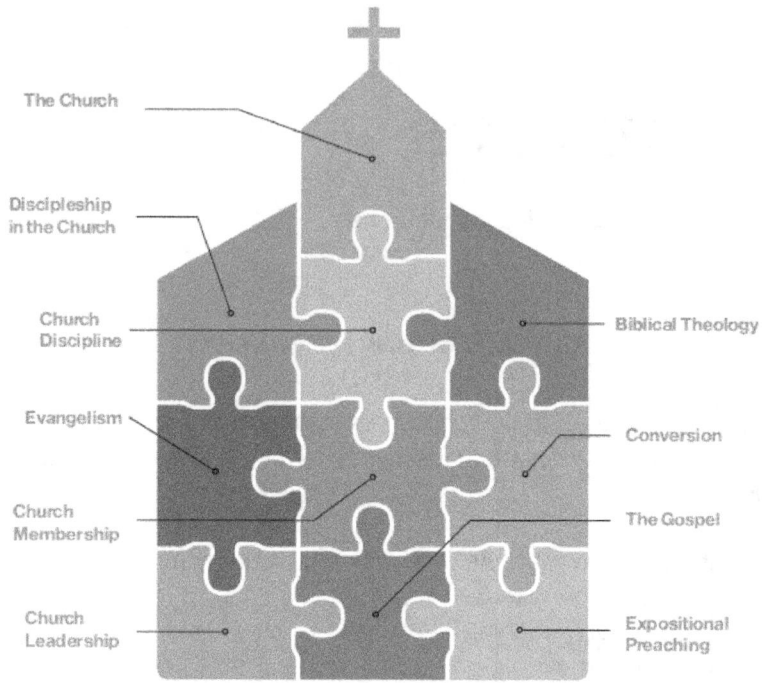

The Church

Discipleship
in the Church

Church
Discipline

Evangelism

Church
Membership

Church
Leadership

Biblical Theology

Conversion

The Gospel

Expositional
Preaching

Tingnan rin ang iba pang mga kasama sa

9MARKS HEALTHY CHURCH STUDY GUIDE SERIES

Sak aw ng seryeng ito ang siyam na tanda ng isang ma usog na ig esiya na orihina nani atag sa *Nine Marks of a Healthy Church* ni Mark Dever. Sinisiyasat sa bawat ak at ang mga pundasyong bib ika ng mga mahaha a-gang aspeto ng ig esiya upang tu ungan ang mga Kristiyano na isabuhay ang mga rea idad na ito bi ang miyembro ng isang oca church. Mainam itong mga tu ong sa Sunday Schoo , church-wide studies, o mga sma groups.

TREASURING CHRIST PH

Misyon ng **Treasuring Christ PH** ang makapagbahagi ng mga free at affordable Taglish gospel-centered resources para sa Filipino Church.

Matatagpuan sa www.treasuringchristph.org ang daan-daang mga sermons, articles, Bible study guides at ebooks na bunga ng preaching at teaching ministry ni Pastor Derick Parfan sa nakaraang 13 taon bilang pastor ng Baliwag Bible Christian Church sa Baliwag, Bulacan.

Bago itong *Tulung-tulong sa Paglago*, nakapag-publish na rin kami ng iba pang mga libro tulad ng:

1. *Coronavirus at si Cristo* (John Piper)
2. *Habakkuk: Pag-asa sa Panahon ng Pandemic* (Derick Parfan)
3. *Expositional Preaching: How We Speak God s Word Today* (David Helm)
4. *The Gospel: How the Church Portrays the Beauty of Christ* (Ray Ortlund)
5. *Five Solas, One Gospel: Mga Foundational Doctrines para sa Filipino Church Ngayon* (Derick Parfan)
6. *Balik Tayo sa Church: Bakit Essential ang Katawan ni Kristo* (Collin Hansen at Jonathan Leeman)
7. *Balik Tayo sa Church Study Guide* (Megan Hill)

Para sa mga karagdagang impormasyon, mag-email sa **tcphbooks@gmail.com**.

www.ingramcontent.com/pod-product-compliance
Lightning Source LLC
Chambersburg PA
CBHW071215120626
46546CB00006B/2580